கொள்கையின் வாரிசு

தளபதி ஸ்டாலின்

முனைவர். ப.பாலசுப்பிரமணியன்
M.A., M.B.A., M.C.A., M.L.I.Sc., M.Phil., Ph.D
நூலகர்
மனோன்மணியம் சுந்தரனார் பல்கலைக்கழகம்
திருநெல்வேலி - 627012

சங்கர் பதிப்பகம்
15/21, டீச்சர்ஸ் கில்டு காலனி,
2வது தெரு, இராஜாஜி நகர் விரிவு,
வில்லிவாக்கம், சென்னை - 600 049
தொலைபேசி : 044 - 2650 2086 / 9444191256
email : shankar_pathippagam@yahoo.com
web : www.shankarpathippagam.in

கொள்கையின் வாரிசு தளபதி ஸ்டாலின் / kolgaiyin Varisu Thalapathy Stalin

முனைவர். ப. பாலசுப்ரமணியன் / Munaivar Pa.Balasubramanian

பதிப்பு	:	2020
விலை	:	₹ 110/--
மொத்த பக்கங்கள்	:	120
வெளியிட்டோர்	:	சங்கர் பதிப்பகம், 15/21, டீச்சர்ஸ் கில்டு காலனி, 2வது தெரு, இராஜாஜி நகர் விரிவு வில்லிவாக்கம், சென்னை-600 049 தொலைபேசி : 044 - 2650 2086 / 9444191256
ISBN No.	:	978-93-87655-98-0
ஒளி அச்சு	:	பாலா கிராஃபிக்ஸ்
முன் அட்டை	:	N. ரமேஷ்
அச்சிட்டோர்	:	எம்.கே.கிராபிக்ஸ், சென்னை - 600 021

என்னுரை

இன விடுதலைக்காகவும் தமிழ்ச் சமுதாயத்தின் வளர்ச்சிக்காகவும் பாடுபட்ட தலைவர்கள் பலர்.

அவர்களின் வழிவந்தவர் தளபதி மு.க. ஸ்டாலின்.

கொண்ட கொள்கைக்காக இளம் பருவம் முதல் இன்று வரை போராடி வருகின்றார்.

இளமைக் காலத்தைச் சிறையில் கழித்தார். இந்தச் சமுதாயம் உயர்வடைய வேண்டி தன்னுடைய வாழ்க்கையினை அர்ப்பணித்தார்.

திராவிடத் தலைவர்கள் காட்டிய பாதையில் இன்று தமிழகத்தின் குரல் இந்திய அளவில் ஓங்கி ஒலித்துக் கொண்டிருக்கிற அந்தத் தலைவரைப் பற்றி ஓர் நூல் எழுதவேண்டும் என்ற எண்ணம் எழுந்தது.

அந்த எண்ணத்தின் வெளிப்பாடே இந்நூல்.

இந்நூல் எழுதிட பல்வேறு வகையில் உதவி செய்த திராவிட முன்னேற்றக் கழகப் பொதுச் செயலாளர் துரைமுருகன்,

தூத்துக்குடி நாடாளு மன்ற உறுப்பினர் கவிஞர் மு.க. கனிமொழி,

முன்னாள் சட்டப் பேரவைத் தலைவர் இரா. ஆவுடையப்பன்,

சட்டமன்ற உறுப்பினர் N. மாலைராஜா,

அன்புச் சகோதரர்கள் உதயநிதி ஸ்டாலின்,

சட்டமன்ற உறுப்பினர் மகேஷ் பொய்யாமொழி

ஆகியோருக்கும்

என் நன்றியினைத் தெரிவித்துக் கொள்கிறேன்.

இந்நூலினைப் புத்தகமாக்கி உங்கள் கரங்களில் தவழச் செய்த சங்கர் பதிப்பகம் உரிமையாளர் ஆ. கோமதி நாயகம்,

என்னுடைய வாழ்க்கைத் துணைவி பா. தேவி முதலியோருக்கும்

என் நெஞ்சார்ந்த நன்றிகள்.

முனைவர். ப. பாலசுப்பிரமணிய

M.A., M.B.A., M.c.A., M.L.I.Sc., M.Phil., Ph.D

உள்ளே..

மதங்களைக் காரணம் காட்டி
ஏற்றத் தாழ்வுகளை
நிலை நிறுத்தும் போக்கு
முற்றாக
மாற்றி அமைக்கப்படுதல்
வேண்டும்.

01

தளபதியின் பயணம்

தமிழக வரலாற்றில் புதிய விடியல் தோன்றிய நாள் எது என்று தெரியுமா?

1916ஆம் ஆண்டு நவம்பர் மாதம் 30ஆம் நாள்!

'தென்னிந்திய நல உரிமைச் சங்கம்' என்னும் திராவிட அமைப்பு தோன்றிய நாள் இது.

பின்னர் இதுதான் 'நீதிக்கட்சி' என்ற பெயர் மாற்றம் பெற்று 'திராவிட இயக்கத்தின் முன்னோடியாக இன்றளவும் திகழ்கிறது.

டாக்டர் சி. நடேசன், சர் பிட்டி தியாகராயர், டி.எம். நாயர் ஆகிய முப்பெரும் திராவிட இயக்கத்தின் முக்கிய முதல் மூன்று தூண்கள் இவர்கள்.

நீதிக்கட்சியின் முக்கிய நோக்கம் 'சமூக சமத்துவம்' என்பது மட்டுமே.

தேர்தலில் பங்கேற்று வெற்றியும் பெற்று சென்னை மாகாண ஆட்சிப் பொறுப்பையும் நீதிக்கட்சி வகித்தது. அப்போது வகுப்புரிமை ஆணை பிறப்பிக்கப்பட்டு, சமூக நீதிக்கான

வாசல் கதவு முதன்முதலாகத் திறக்கப்பட்டது என்பது வரலாற்று நிகழ்வு.

பிற்படுத்தப்பட்டோர், தாழ்த்தப்பட்டோர் என்று கருதப் பட்டவர்கள் சமூகத்தில் தமது உரிமைகளைப் பெறவும், கல்வி, வேலை வாய்ப்பு மற்றும் பொருளாதார முன்னேற்றத்தை அடையவும் அப்போது பல முற்போக்குத் திட்டங்கள் நிறை வேற்றப்பட்டன.

மட்டுமல்லாமல் பதவி உயர்விலும் வகுப்புவாரி பிரதிநிதித்துவ முறை அமல்படுத்தப்பட்டது.

அரசுப் பணிகளை முறைப்படுத்திட 'அரசுப் பணியாளர் தேர்வு வாரியம்' அமைக்கப்பட்டது.

பெண் அடிமைத்தனத்தைப் போக்கும்விதமாக பெண் ணுரிமை கிடைக்கத் தேவையான அடித்தளத்தை அமைத்தது நீதிக்கட்சியின் அரசு.

அதாவது பெண்களுக்கு வாக்குரிமை, தேவதாசி முறை ஒழிப்பு போன்றவற்றை அமல்படுத்தியது நீதிக்கட்சியின் ஆட்சி.

மருத்துவக் கல்வி பயில்வதற்கு அன்றைய காலக்கட்டத்தில் சமஸ்கிருத மொழியில் தேர்ச்சி பெற்றிருப்பது அவசியம் என்ற விதிமுறை அமலில் இருந்தது. அதைத் தகர்த்தெறிந்து அனைத்துத் தரப்பினரும் மருத்துவக் கல்வி பெறுவதற்கான வாய்ப்பு வாசலைத் திறந்துவிட்டது நீதிக்கட்சி.

பிட்டி தியாகராயர் சென்னை மாநகராட்சியின் மேயராகப் பதவி வகித்தபோது ஏழை எளிய குழந்தைகளுக்காகப் பள்ளிகளில் இலவச மதிய உணவு வழங்கும் திட்டத்தை முதன்முதலாகக் கொண்டு வந்தார்.

சிறுபான்மை மக்களுக்கு உரிய பங்கை வழங்க ஆணையிட்ட தும், இந்து சமய அறநிலையச் சட்டத்தை அறிமுகம் செய்ததும் நீதிக்கட்சி அரசுதான்.

தமிழ்நாடு காங்கிரஸ் கட்சியின் முக்கியத் தலைவர்களுள் ஒருவராகத் திகழ்ந்த தந்தை பெரியார், சமூகநீதிக்காக காங்கிரஸ் பேரியக்கத்தை விட்டு வெளியேறியது இங்கே குறிப்பிடத்தக்கது.

ஒடுக்கப்பட்டோர் சமூக சம உரிமையை நிலைநாட்ட புகழ்பெற்ற வைக்கம் போராட்டத்தை தந்தை பெரியார் நடத்தினார். வகுப்புவாரி பிரதிநிதித்துவத்தை வலியுறுத்தும்

அறிஞர் அண்ணா தந்தை பெரியார்

தீர்மானத்தை காங்கிரஸ் மாநாடுகளில் கொண்டுவர முயன்றார். எனினும் அதனை ஏற்றுக்கொள்ள காங்கிரஸ் கட்சி மறுத்ததால் அக்கட்சியில் இருந்து வெளியேறினார்.

தந்தை பெரியார் உருவாக்கிய சுயமரியாதை இயக்கம் சமூக நீதிக்கான அடித்தளத்தை அமைத்தது. தமிழ் சமூகத்தை அறிவும் மானமும் உள்ள சமூகமாக மாற்ற அருந்தொண்டாற்றியது.

சமூக நீதித் தத்துவத்தைச் சட்டபூர்வமாக்கிய நீதிக்கட்சி அரசுக்கு ஆதரவு அளித்த பெரியார், பின்னாளில் நீதிக்கட்சியின் தலைவர் பொறுப்பை ஏற்றார்.

அண்ணா நீதிக்கட்சி பொதுச்செயலாளர் ஆனார். ஆரிய பண்பாட்டு படையெடுப்பான வடமொழி இந்தித் திணிப்பை எதிர்த்து பெரும் போராட்டம் பெரியார் தலைமையில் நடந்தது.

1938ஆம் ஆண்டே 'தமிழ்நாடு தமிழருக்கே' என்று முழங்கியவர் பெரியார். திராவிடர்களின் மொழி, இன, பண்பாடு, கலாச்சாரத்தைப் பேணிக் காக்க 'திராவிட நாடு' கோரிக்கையை முன் வைத்தது நீதிக்கட்சி.

பின்னர் 1944ஆம் ஆண்டு 'திராவிடர் கழகம்' என்று பெயர் மாற்றம் கண்டது நீதிக்கட்சி.

1949ஆம் ஆண்டு செப்டம்பர் 17ஆம் நாளன்று 'திராவிட முன்னேற்றக் கழகத்தைத் தொடங்கினார் பேரறிஞர் அண்ணா. 'சமுதாயச் சீர்திருத்தம், அரசியலில் வடநாட்டு ஏகாதிபத்தியத்தி டமிருந்து விடுதலை, பொருளாதாரத்தில் சமதர்மம்' ஆகியவைதான் திராவிட முன்னேற்றக் கழகத்தின் இலட்சியம் என்று குறிப்பிட் டார் அண்ணா.

1951ஆம் ஆண்டு சமூக நீதியைப் பாதுகாக்க இந்திய அரசியல் சட்டத்தில் முதல் திருத்தத்தைக் கொண்டுவர பெரியாரும், அண்ணாவும் இரட்டைக் குழல் துப்பாக்கியாகச் செயல்பட்டனர்.

1957ஆம் ஆண்டு நடைபெற்ற தமிழக சட்டமன்றத் தேர்தலில் போட்டியிட்டு 15 உறுப்பினர்களுடன் அவைக்குள் நுழைந்தது தி.மு.க.

1962ஆம் ஆண்டில் திமுக உறுப்பினர்களின் எண்ணிக்கை 50ஆக வளர்ச்சி அடைந்தது.

நாடாளுமன்ற மாநிலங்களவை உறுப்பினராகத் தேர்வு செய்யப்பட்ட அண்ணா, அவையில் பிரிவினை முழக்கத்தை எழுப்பியபோது, திடுக்கிட்ட பண்டித ஜவஹர்லால் நேரு பிரிவினைவாத தடைச் சட்டத்தைக் கொண்டுவந்தார்.

பிரிவினைக் கோரிக்கையைக் கைவிட்டாலும், 'பிரிவினைக் கேட்டதற்கான காரணங்கள் உயிரோடு இருக்கின்றன' என்று பிரகடனம் செய்தார் அண்ணா.

1950களில் திராவிட இயக்கம் நடத்திய மொழி உரிமைக் கிளர்ச்சியால், 'இந்தி பேசாத மாநில மக்கள் மீது இந்தி மொழி திணிக்கப்பட மாட்டாது, ஆங்கிலம் இணை ஆட்சி மொழியாக நீடிக்கும்' என்று பிரதமர் நேரு வாக்குறுதி வழங்கும் நிலை உருவானது.

1965ஆம் ஆண்டு ஜனவரி 26 முதல் இந்தியாவில் ஆட்சி மொழியாக இந்தி அரியணை ஏறும் என்று டெல்லி அரசு அறிவித்ததை எதிர்த்து இந்தியத் துணைக் கண்டம் அதுவரையில் கண்டிராத மொழி உரிமைப் போராட்டத்தை திமுக நடத்தியது, திராவிட இயக்கம்தான் மொழி உணர்வுக் கனலை ஏற்றியது, என்பது மறுக்க முடியாத உண்மை.

1967ஆம் ஆண்டு நடைபெற்ற தேர்தலில் திமுக அமோக வெற்றிபெற்று மக்கள் செல்வாக்குடன் அறிஞர் அண்ணா தமிழக முதல்வராகப் பொறுப்பேற்றார்.

நம் மாநிலத்திற்கு 'தமிழ்நாடு' என்று பெயர் சூட்டினார். 'இந்திக்கு இங்கு இடம் இல்லை; தமிழ்நாட்டில் இருமொழித் திட்டம்தான் நடைமுறையில் இருக்கும்' என்று சட்டம் இயற்றினார். பெரியார் அறிமுகம் செய்த 'சுயமரியாதைத் திருமணத்திற்கு சட்ட அங்கீகாரம்' வழங்கினார்.

அண்ணாவுக்குப் பின்னர் முதல்வர் பதவியேற்ற கலைஞர் ஆட்சியில்தான் பிற்பட்டோருக்கு கல்வி, வேலைவாய்ப்பில் 31 விழுக்காடாக இருந்த இடஒதுக்கீடு 49 விழுக்காடாக உயர்த்தப் பட்டது.

ஒடுக்கப்பட்ட சமூகத்தைச் சேர்ந்த ஒருவர் சென்னை உயர்நீதிமன்ற நீதிபதியாக நியமனம் செய்யப்பட்டு, பின்னர் அவரை உச்சநீதிமன்ற நீதிபதியாகப் பொறுப்பேற்க வகை செய்து சமூக நீதியை நிலைநாட்டியவர் கலைஞர்.

அண்ணா வழியில் மாநில சுயாட்சி கோரிக்கைக்காக வலுவாகக் குரல் எழுப்பிய கலைஞர், சட்டமன்றத்தில் மாநில சுயாட்சித் தீர்மானத்தை நிறைவேற்றினார்.

ஏழ்மையும், வறுமையும் ஒழிந்த தமிழ்நாடு உருவாவதற்கு 50 ஆண்டு கால திராவிட இயக்க ஆட்சிதான் அடித்தளமிட்டது என்பது மறுக்க முடியாத உண்மை.

சமூகத்தில் ஏற்றத் தாழ்வுகள் இன்றி கல்வி, வேலைவாய்ப்பில் அனைத்துத் தரப்பினரும் உரிய பங்கைப் பெறுவதற்கு வழிவகைகளைச் சட்டமாக்கியது திராவிட இயக்கத்தின் சாதனை.

பெண்ணுக்கு சொத்து உரிமை, உள்ளாட்சியில் 50 விழுக்காடு ஒதுக்கீடு என்று புரட்சிகர திட்டங்களும் திராவிட இயக்க ஆட்சியில்தான் கொண்டுவரப்பட்டன.

'ஒரு நாடு வளர்ச்சி அடைந்திருக்கிறது. மக்கள் நாகரிக நிலைக்கு வந்திருக்கிறார்கள். நாட்டில் அறிவும், ஒழுக்கமும், நாணயமும், சமநிலையும் வளர்கிறது என்பதற்கு அடையாளம் என்னவென்றால் நாட்டில் எல்லாத் துறைகளிலும் சம தர்மம், சம ஈவு, சம உடைமை, சம ஆட்சித் தன்மை, சம நோக்கு, சம நுகர்ச்சி, சம அனுபவம் இருக்க வேண்டும். ஏற்பட வேண்டும்.. ஏற்பட்டாக வேண்டும்' என்றார் தந்தை பெரியார்.

அதற்கிணங்கவே அவர் வழிவந்த அண்ணா, கலைஞர், தற்போது தளபதி ஆகியோர் பாடுபட்டு வருகின்றனர் என்பது மறுக்க முடியாத உண்மை.

பொதுவாக திராவிடக் கொள்கை என்பதன் கச்சிதமான சுருக்கத்தை நாம் பார்க்கலாம்.

அனைத்து மக்களும் பிறப்பின் அடிப்படையில் சமமானவர்களே.

பாலின சமத்துவம்

சமுகநீதி

பகுத்தறிவுக்கும், அறிவியல் சிந்தனைக்கும் பொருந்ததாத கடவுள், மதம் மற்றும் இவற்றைச் சார்ந்த ஆன்மா, மோட்சம், நரகம், பழக்க வழக்கம், மூடத்தன நெடியேறும் முன்னோர்கள் கூற்று உள்ளிட்டவற்றை மறுப்பது.

பகுத்தறிவு, அறிவியல் மனப்பான்மை, எதையும் கேள்விக்கு

உட்படுத்தி ஆய்வின் அடிப்படையில் ஏற்பதும் அல்லது மறுப்பதுமான புத்தாக்க உருவாக்கம்.

பேதம் பேசும் இந்துத்துவா கோட்பாட்டை எதிர்ப்பது.

அறிவியலை ஏற்பதுடன், அது மனித குலத்தின் நலனுக்கும் வளர்ச்சிக்கும் ஏதுவாக இருக்கவேண்டுமே தவிர கேடாக அமையக்கூடாது.

தீண்டாமை, அதற்கு மூல வேரான சாதி, சாதிக்கு அரணான கடவுள், மதம், வேதம், சாஸ்திரம், இதிகாசம், புராணங்கள், பழைமைவாத குலப்பெருமைகள் ஆகியவற்றை எதிர்த்து அழிப்பது.

ஆண் எஜமானன், பெண் அடிமை என்ற தற்போதைய நிலைக்கு மாறாக பாலின சமத்துவம், எல்லா நிலைகளிலும் ஆண்களுக்கு நிகராகக் கல்வி, உத்யோகம், அரசியல், பொருளாதார நிலைக்கு உத்தரவாதம் அளிப்பது.

தற்போதைய நிலையில் வழிபாட்டில், அர்ச்சகத் தன்மையில் ஆண்களுக்குள்ள எல்லா உரிமைகளும் பெண்களுக்கும் தேவை.

ஓரினச் சேர்க்கையாளர்கள், திருநங்கைகள், மாற்றுத் திறனாளிகள் எல்லா வகைகளிலும் மற்றவர்களுக்குச் சமமானவர்களே என்ற அடிப்படையில் அனைத்து உரிமைகளின் நுகர்வுக்கும் உரியவர்களே.

கிராம நகர பேதம் கூடாது.

மதங்களைக் காரணம் காட்டி ஏற்றத் தாழ்வுகளை நிலை நிறுத்தும் போக்கு முற்றாக மாற்றி அமைக்கப்படுதல் வேண்டும்.

எந்தக் காலத்திலோ, யாரோ சூழ்ச்சியாக ஆதிக்கத்தை நிலை நிறுத்த எழுதிக் குவித்த அனைத்தையும் ஒட்டுமொத்தமாக நிராகரித்தல் அவசியம்.

ஒவ்வொரு இனத்துக்குமான மொழிக்குரிய மதிப்புப் பேணப்படுதல் வேண்டும். ஒரு மொழி, இன்னொரு மொழியை ஆதிக்கம் செலுத்துவதற்கு அறவே இடம் தராமை. கால வளர்ச்சிக்கு ஏற்ப மொழியில் விஞ்ஞானக் கண்ணோட்டத்தோடு மாற்றம் கொணர்தல். பன்மொழிகள் கொண்ட இந்தியாவில், இந்தியாவின் அரசமைப்புச் சட்டத்தில் எட்டாம் அட்டவணையில் இடம் பெற்ற மொழிகள் அனைத்தும் ஆட்சி மொழி என்பது உறுதிப்படுத்தப்படுதல். அகில இந்திய அளவில் தொடர்பு மொழி என்பது ஆங்கிலமாகவே இருக்க வேண்டும்.

பொருளாதார நிலையில் மனிதனுக்குத் தேவையான அடிப்படைகள் பூர்த்தி செய்யப்பட வேண்டும். இதற்கு அரசே முழுப் பொறுப்பு ஏற்க வேண்டும். பணக்காரன், ஏழை என்ற பேதத்தைக் குறிக்கும் சொல்லாடலுக்கே இடமில்லாது செய்தல் வேண்டும். வருண பேதம், வர்க்க பேதம், பாலியல் பேதமற்ற ஒப்புரவு சமுதாயம் உருவாக்கப்படுதல் அவசியம்.

ஒரு மொழி, ஓர் இனத்துக்கு மேற்பட்ட மக்கள் வாழும் நாட்டில் அனைத்து மொழிகள், இனங்களுக்கான உரிமை, பண்பாடு, பங்களிப்பு, வளங்களுக்கு இடையே பாரபட்சமற்ற, ஆதிக்கமற்ற சமன்பாட்டை நிலை நிறுத்துதல் வேண்டும். மாநிலங்களுக்கு தன்னாட்சி உரிமை நிலைப்படுத்தப்படுதல் அவசியம்.

அரசுக்கும், மதத்துக்கும் எந்தவிதத் தொடர்பும் இல்லாத உண்மையான மதச்சார்பின்மை நிலைப்பாடு.

சாதி ஒழிக்கப்படும் காலக்கட்டம் வரை அனைத்துப் பிரிவினருக்கும் சகல இடங்களிலும், துறைகளிலும் விகிதாச்சார அடிப்படையில் பிரதிநிதித்துவம் அளிக்கப்படல் வேண்டும்.

கல்வி என்பது எல்லோருக்கும் அடிப்படை உரிமை. விஞ்ஞான மனப்பான்மைக்கு விரோதமான எதுவும் கல்வியில் இடம்பெறாமை, வளர்ச்சித் தத்துவம், விடாமுயற்சி, ஊக்கம் தரும் தன்மை இவற்றோடு உலகப் போட்டிக்குத் தயார் செய்யும் வகையில் கல்வி முறை, ஒழுக்கம் பாடத் திட்டங்கள் அமைய வேண்டும். தகுதி மற்றும் திறமையை அளவிட மனப்பாட மதிப்பெண் முறைக்குப் பதிலாக செய்முறை, வினையூக்கத்தை உள்ளடக்கிய அறிவியல் அடிப்படையில் அமைந்த தொழில்நுட்பம் உள்ள கல்வி முறை அறிமுகப்படுத்தப்பட வேண்டும்.

கடவுள் நம்பிக்கைக் கொண்டோர் கடவுள் நம்பிக்கையற்றோர் ஆகிய இரு நிலையில் உள்ளவர்களுக்கும் பிரச்சார உரிமையுடன் கூடிய சமநிலைச் சட்டங்கள் உருவாக்கப்பட வேண்டும்.

முதியவர்களை அக்கறையுடன் உரிய மதிப்புடன் பாதுகாத்தல் அவசியம்.

சுற்றுச் சூழல், இயற்கை வளங்கள் பாதுகாப்புக்கு முக்கியத்துவம் அளித்தல்.

நீதிக்கட்சியின் முன்னோடிகள்

ஆணோ, பெண்ணோ 20 வயதுக்கு மேல் எந்த வயதில் திருமணம் செய்து கொள்வது என்பதை அவர்களின் முடிவுக்கே விட்டுவிடுதல் வேண்டும்.

மரண தண்டனை ரத்து செய்யப்பட வேண்டும்.

கருத்துரிமை, பிரச்சார உரிமைக்கு தடையற்ற நிலை.

சுயமரியாதை வாழ்வே சுகவாழ்வு.

'யாதும் ஊரே, யாவரும் கேளீர்!', 'உலகமே ஒரு குடும்பம்' என்னும் பரிணாம நிலை வளர்ந்து நாடு செழிக்க வேண்டும்.

இத்தகைய அடிப்படைக் கொள்கை லட்சியத்தைக் கொண்ட இயக்கம்தான் திராவிட இயக்கம்.

நீதிக்கட்சியில் தொடங்கி திராவிடர் கழகம், திராவிட முன்னேற்றக் கழகம் என்னும் பரிணாம வளர்ச்சியிலும் இந்த அடிப்படைக் கொள்கையில் கடுகளவும் மாற்றம் கிடையாது.

டாக்டர் நடேசனார், தந்தை பெரியார், அறிஞர் அண்ணா, கலைஞர் கருணாநிதி ஆகியோர் இந்த அடிப்படைக் கொள்கையில் தான் இயக்கத்தைக் கட்டிக்காத்து வளர்த்தனர்.

தங்களின் ஆட்சிக் காலங்களிலும் இந்த லட்சியப் பாதையை விட்டு சிறிதும் அவர்கள் தடம் மாறவே இல்லை.

அதே திராவிடக் கொள்கையிலும், அதே திராவிட லட்சியத்திலும் உண்மையான பற்றும், பாசமும் கொண்டு நல்ல பிடிப்புடன் கட்சியை வழிநடத்திக் கொண்டிருப்பவர் தளபதி ஸ்டாலின்.

அதில் இருந்து இம்மியளவும் பிறழாமல் இயக்கத்தை நடத்திச் செல்கிறார் தளபதி.

திராவிடம் என்ற பெயரைத் தாங்கிக் கொண்டுள்ள கட்சியான ‘அண்ணா திராவிட முன்னேற்றக் கழகம்’ என்னும் அதிமுகவை திராவிடக் கொள்கைக் காப்பாளராகக் கருதினால் அது மிகப் பெரிய தவறாகிவிடும்.

ஏனென்றால் அந்தக் கட்சியைத் தொடங்கிய எம்ஜிஆர் காலம் தொட்டு ஜெயலலிதா காலத்திலும் பகுத்தறிவைக் காற்றில் பறக்க விட்டுவிட்டு மூடநம்பிக்கைகளைப் பிடித்துத் தொங்கிக் கொண்டிருந்ததால் அந்தக் கட்சி திராவிட இயக்க லட்சியத்தைக் காப்பாற்றத் தவறிவிட்டது.

இன்றும் அதே வழித்தடத்தில்தான் பயணித்துக் கொண்டிருக்கிறது.

இன்னும் சொல்லப்போனால் ‘திராவிட’ என்ற பெயரை இன்னும் இணைத்துக் கொண்டிருப்பதற்கே தகுதியற்றதாக அதிமுக இருப்பதால் அக்கட்சியை ஒரு திராவிடக் கட்சியாக இங்கே குறிப்பிடுவது சரியாக இருக்காது.

கலைஞருக்குப் பிறகு திராவிட முன்னேற்றக் கழகமும், தமிழ் நாடும் என்ன ஆகுமோ என்று பலரும் கவலையோடு கன்னத்தில் கை வைத்திருந்த நேரத்தில் ‘நான் இருக்கிறேன், கவலை வேண்டாம்’ என்று தெளிவாகவும், அழுத்தமாகவும் நம்பிக்கை ஊட்டியவர் தளபதி ஸ்டாலின்.

கடமை வீரர் அவர்.

லட்சியவாதி அவர்.

கொள்கையில் பிடிப்பானவர் அவர்.

உழைப்பின் சிகரம் அவர்.

தளபதியைப் பற்றித் தலைவர் கலைஞர் கூறியதை இங்கே நாம் குறிப்பிட வேண்டிய அவசியத்தில் உள்ளோம்.

‘ஸ்டாலின் சட்டப் பேரவைக்குத் தேர்ந்தெடுக்கப் பட்டதில் இருந்து தொகுதி, தொகுதி என்று அடிக்கடி கொளத்தூருக்குச்

சென்று விடுபவர். தனது தொகுதியையும், தனது சொந்த வீட்டையும் வேறுபடுத்திப் பார்க்காதவர். சேர்ந்தாற்போல் இரண்டு நாட்கள் சென்னையிலே இருக்கின்ற வாய்ப்பு கிடைத்தாலும், அதிலே ஒரு நாள் தொகுதிக்குச் சென்று ஒரு சுற்றுச் சுற்றி விட்டுத்தான் திரும்புவார்.

ஸ்டாலினை 2006ஆம் ஆண்டு உள்ளாட்சித் துறை அமைச் சராக்கினேன். அயராத உழைப்பாலும், இடையறாத களப்பணியா லும், 'உள்ளாட்சியில் நல்லாட்சி' என்று நற்பெயர் எடுத்தார்.

மக்களால் நேரடியாகத் தேர்ந்தெடுக்கப்பட்ட முதல் மேயராகப் பொறுப்பேற்று, சென்னை மாநகரத்தைச் 'சிங்காரச் சென்னை' என்று மாற்றிடக் கனவு கண்டவர். கனவு நனவாக நாள்தோறும் உழைத்தவர். மாநகராட்சிப் பணிகள் அனைத்தையும் தனது நேரடிக் கண்காணிப்பில் நிறைவேற்றியவர்.

மழை என்றால் ஓடி ஒதுங்கி விடாமல், மழையோடு மழையாகப் பணி புரிந்தவர். குடி நீர்ப் பிரச்சினையா, கழிவு நீர் அடைப்பா, குப்பை அகற்றப்படவில்லையா என்று மாநகர மக்கள் பிரச்சினை எதுவானாலும், பிரச்சினையைக் கண்டு பின்னங்கால் பிடறியில்பட ஓடி ஒளிந்து விடாமல், பிரச்சினையின் பிடறியைப் பிடித்து உலுக்கி நேருக்கு நேர் நின்று தீர்வு கண்டவர்.

கழகத்தின்பால் ஈடுபாடு கொண்ட இளைஞனாக, இளைஞ ரணி வீரனாக, கழகத்தின் துணைப் பொதுச் செயலாளராக, பொருளாளராகப் படிப்படியாக ஸ்டாலின் உறுதியாக உயர்ந்து வருவதையும் பார்க்கிறேன்.

அறிவாலயப் பணி என்றாலும், அமைச்சர் பணி என்றாலும், சிறைச்சாலைக்குச் செல் என்றாலும், சித்திரவதை தான் என்றாலும் அனைத்தையும் 'தந்தை சொல் மிக்க மந்திரமில்லை' என அடக்கத்துடன் ஏற்றுக் கொண்டு அமைதி காப்பவர்.

'என்னை விடக் கழகம் பெரிது' என எண்ணுபவன் நான் என்பதை ஸ்டாலின் அறிந்திருக்கும் காரணத்தால் தான், என்னைத் தந்தை என்பதை விடத் தலைவர் எனச் சிரமேற்கொண்டு, கழகம், கழகம் என்றே சுற்றிச் சுழன்று வருகிறார்.'

இவ்வாறு நற்சான்று அளித்துள்ளார் கலைஞர்.

தளபதி ஸ்டாலினைப் பற்றி திராவிடர் கழகத் தலைவர் கி. வீரமணி புகழ்ந்துள்ள புகழ்ச்சி உரையையும் இங்கே

குறிப்பிடுவது நல்லது.

'இவரின் இதயம் கருணையின் ஊற்று!

இரக்கத்தின் அருள்பா!

மனித நேயத்தின் முழு மலர்ச்சி!

இவ்வாறு பல எடுத்துக் காட்டுகளைக் கூற முடியும். குருதிக் கொடை, கண் கொடைகளையும் தாண்டி தம் இணையரையும் இணைத்து உடற் கொடைக்கும் ஒப்புதல் செய்ததன் மூலம் மிக உயர்ந்த இடத்திற்குச் சென்று விட்டார் ஸ்டாலின்.

தந்தையின் புகழொளியால் பெருமை கொள்ளும் உரிமையும் வாய்ப்பும் பிறப்புரிமையிலே பெற்றிருப்பினும், தகுதியினால் பெருமை கொண்டு, தியாகத்தால் உரிமை பெற்று, தொண்டினால் பதவி பெற்று, சாதனையால் புகழ் பெற்றவர் ஸ்டாலின்.

எண்ணித் துணிவது, துணிந்ததை உரைப்பது, உரைப்பதைச் செய்வது, விளைவினை ஏற்பது என்னும் பழக்கத்தால் பொதுத் தொண்டில் வெற்றி நடை போடுபவர் தளபதி ஸ்டாலின்.'

இவ்வாறு மனம் நிறைந்து பாராட்டியுள்ளார் வீரமணி.

கவிஞர் வாலியும் பெருமையோடு சுருக்கமாக நறுக்கென்று நல்வார்த்தை கூறியுள்ளார்.

அய்யாவின் அஞ்சாமை;

அண்ணாவின் அயராமை;

பேராசிரியரின் பிறழாமை;

கலைஞரின் கலங்காமை;

இங்கு இந்த நாலின் கலவைதான் ஸ்டாலின்!

எத்தனை உயர்வான வார்த்தைகள்!

ஆட்சியையும் அதிகாரத்தையும் எந்த வழியிலாவது கைப்பற்றி பதவி சுகம் பெறுவது என்றே பலரும், பல கட்சித் தலைவர்களும் நாவில் எச்சில் ஊற அலைந்து கொண்டிருக்கும் இன்றைய காலக்கட்டத்தில் வித்தியாசமானவர் தளபதி.

பதவிக்காக ஒருபோதும் சிறுமையான செயல்களைச் செய்யப் போவதில்லை என்றும், நேர்மையை இழக்கப் போவதில்லை என்றும் உறுதியோடு செயலாற்றிக் கொண்டிருப்பவர் தளபதி.

02

நீதிக்கட்சி

இந்தியா ஒரே நாடு என்ற போதிலும் வடக்கு மற்றும் தெற்கு என்கிற பாகுபாடு நீண்ட காலமாகவே இருந்து வருவது தவிர்க்க முடியாத ஒன்று.

ஆரியர்களின் ஆதிக்கம் வட இந்தியாவை விட தென் இந்தியாவில் சற்றே குறைவு. அதனால் தொன்றுதொட்டு இருந்துவந்த இந்திய அல்லது திராவிட கலாச்சாரம் என்பது தென் பகுதியில் அழுத்தமாகவே பதிந்து விட்டது.

ஆனாலும் ஆரியமாயை என்பது தென் பகுதியை அசைத்துப் பார்க்கத்தான் செய்தது. ஆரியர்கள் என்ற பிராமணர்கள் அல்லது பார்ப்பனர்கள் சிறிய அளவில் தென்இந்தியா வில் இருந்தாலும் முக்கியத் துறைகளில் அவர்கள் தங்கள் ஆதிக்கத்தை விரிவாக்கம் செய்து கொண்டே வந்தனர்.

ஒரு காலக்கட்டத்தில் பார்ப்பனர்கள் மற்றும் பார்ப்பனர் அல்லாதோர் என்ற பிரிவினை வேகமாக அதிகரித்துவிட்டது. இதர வகுப்பினரை அடிமைகளாகவே கருதும் மனப்பான்மையும் அதிகரித்துக் கொண்டே வந்தது.

இச்சமயத்தில்தான் சென்னை மாகாணத்தைச் சேர்ந்த பார்ப்பனர் அல்லாத அறிஞர்கள் ஒன்றுகூடி இதற்கு ஒரு முடிவு காண வேண்டிய அவசியத்தை உணர்ந்தனர்.

அப்படித்தான் இருபதாம் நூற்றாண்டின் முதல் இருபது களில் நீதிக் கட்சியின் தோற்றம் குறிப்பிடத்தக்க நிகழ்வாக அமைந்தது.

இருபதாம் நூற்றாண்டின் தொடக்கத்தில் வெறும் 3 சதவீத மக்கள் தொகை மட்டுமே கொண்ட பார்ப்பனர்கள் மொத்த சமுதாயத்தின் அரசியல், பொருளாதாரக் களங்களில் ஆதிக்கம் பெற்றிருந்தனர்.

அதிகாரமும் செழிப்பும் மிகுந்த பார்ப்பனர்கள், பார்ப்பனர் அல்லாதவரை தீண்டத்தகாதவர்களாக விலக்கி வைக்கும் செயல்கள் அதிகரிக்க ஆரம்பித்தன.

அந்த இடைவெளியைக் குறைக்க வேண்டும் என்றும் வகுப்புவாரி பிரதிநிதித்துவம் தேவை என்றும் கேட்டது நீதிக்கட்சி. அக்கட்சியின் கோட்பாடுகள், திட்டங்களைத் தெளிவாக ஆய்வு செய்தால், அதனுடைய வகுப்புவாரி பிரதிநிதித்துவம் என்பது சமூக நீதிக் கோட்பாட்டை அடிப்படையாகக் கொண்டது என்பதைப் புரிந்துகொள்ள முடியும்.

பார்ப்பனர் அல்லாத சமூகத்தைச் சேர்ந்த தலைவர்களின் எழுத்துக்களும், ஆங்கிலேயக் கல்வியாளர்களும் பார்ப்பனர் அல்லாதவர்கள் இனவழியே திராவிடர்கள் என்ற உண்மை வெளிவரத் தொடங்கிற்று.

இதனையடுத்து பார்ப்பனர் அல்லாதவர்கள் தம் நலன்களைப் பாதுகாக்க ஓர் இயக்கத்தைத் தொடங்கினர்.

1916ஆம் ஆண்டு நவம்பர் மாதம் 30ஆம் நாள் பார்ப்பனர் அல்லாத சமூகத்தில் செல்வாக்குப் பெற்றிருந்த தலைவர்களில் சிலர், சென்னை சென்ட்ரல் ரயில் நிலையத்தின் அருகில் அமைந்துள்ள விக்டோரியா அரங்கில் ஒன்றுகூடி, தீவிரமாக ஆலோசனை செய்து, ‘தென்னிந்திய நல உரிமைக் கழகம்’ என்னும் அமைப்பைத் தொடங்கினர்.

அவர்களில் முதன்மையானவர் டாக்டர் நடேச முதலியார். மற்ற இருவர் டி.எம். நாயர் என்று அழைக்கப்பட்ட தாராவத் மாதவன் நாயரும், சர். பிட்டி தியாகராய செட்டியாரும் ஆவர்.

டாக்டர் நடேச முதலியார்

பார்ப்பனர் அல்லாத சாதி இந்துக்களிடம் அரசியல் உணர்வை ஊட்டுவதே இச்சங்கத்தின் முதன்மை நோக்கமாக இருந்தது.

இந்த அமைப்பு ஆங்கிலத்தில் 'நீதி' (Justice) என்ற செய்தித்தாளையும், தமிழில் 'திராவிடன்' என்ற செய்தித்தாளையும் வெளியிட்டது. அதனால் இந்த அமைப்பினர் 'நீதிக் கட்சியினர்' என அழைக்கப்பட்டனர்.

சமூகத்தின் அனைத்துத் துறைகளிலும் ஆளுமை படைத்திருந்த பார்ப்பன இனத்தவருக்கு புதிய சவாலாக இந்தக் கட்சி அமைந்தது, அதிலும் குறிப்பாக கல்வித் துறையிலும், அரசுப் பணிகளிலும் பார்ப்பனர்களின் ஆதிக்கத்திற்கு அறைகூவலாக இருந்தது.

எனவே, நீதிக் கட்சியினர் போதுமான எண்ணிக்கைக்கு ஏற்ற பிரதிநிதித்துவம் வேண்டுமென்று கோரிக்கை விடுத்தனர். போராடவும் தொடங்கினர்.

நீதிக்கட்சியின் தலைவர்கள் விபரம் அறிந்தவர்களாகவும், மெத்தப் படித்தவர்களாகவும், தங்களது முயற்சி, இலக்கு, தாம் செல்லும் திசை குறித்துத் தெளிந்த உணர்வு கொண்டவர்களாக வும் விளங்கினர்.

குறிப்பாக அவர்கள் வெறும் லட்சியவாதிகளாக மட்டு மல்லாமல் நடைமுறை அரசியல்வாதிகளாகவும் திகழ்ந்தனர்.

1917ஆம் ஆண்டு பார்ப்பனர் அல்லாதோர் பேரறிக்கை ஒன்றை இக்கட்சி வெளியிட்டது.

டி.எம்.நாயர்

தொடர்ந்து டி.எம்.நாயர், தியாகராய செட்டியாரின் தலைமையில் கட்சி மிக வேகமாக வளர்ந்தது.

1917ஆம் ஆண்டு ஆகஸ்டு மாதம் கோவையில் நீதிக் கட்சியின் முதல் மாநில மாநாடு நடைபெற்றது. அதன் பிறகு ஆண்டுதோறும் சென்னை மாநிலத்தில் தமிழ், தெலுங்கு மொழிகள் பேசும் பகுதிகளில் தொடர்ந்து மாநாடுகள் நடைபெற்றன.

சட்டசபையில் வகுப்புவாரி பிரதிநிதித்துவ அடிப்படையில் பார்ப்பனர் அல்லாத இனத்தினரின் பிரதிநிதித்துவத்தை வென்றடைவது ஒரு முதன்மை குறிக்கோளாக இருந்தது.

இம்மாதிரியான நடவடிக்கை காரணமாக உண்மையில் நீதிக்கட்சி பார்ப்பனர் அல்லாதவரிடம் ஓர் எழுச்சியை ஏற்படுத்தியது.

1919ஆம் ஆண்டு மாண்டேகு செம்ஸ் போர்டு சட்டப்படி அமையப் பெற்ற சட்டமன்றத்திற்கான முதல் பொதுத் தேர்தல் 1920ஆம் ஆண்டு நவம்பர் மாதம் 30ஆம் நாளும், டிசம்பர் 1 மற்றும் 2 தேதிகளிலும் நடைபெற்றது.

மாண்டேகு செம்ஸ் போர்டு சீர்திருத்தங்களை எதிர்த்துத் தேர்தலைப் புறக்கணிக்குமாறு காங்கிரஸ் கட்சி தீவிரமாகப் பிரச்சாரம் மேற்கொண்டது.

ஆனால் நீதிக்கட்சியோ மாண்டேகு செம்ஸ் போர்டு சீர்திருத்தங்களை ஏற்க முடிவு செய்து தேர்தலில் போட்டியிட்டது. 98 இடங்களில் 63 இடங்களைக் கைப்பற்றி மாபெரும் வெற்றியை நீதிக்கட்சி பெற்றது. மேலும் நியமன உறுப்பினர்களில் இக்கட்சியின் ஆதரவாளர்கள் 18 பேர் இடம் பெற்றனர்.

ஆக, 127 பேர் அடங்கிய அவையில் நீதிக்கட்சியின் வலிமை 81 ஆக இருந்தது.

பார்ப்பனர் அல்லாத இந்துக்களுக்கு இடங்கள் ஒதுக்கியதால் சட்ட மன்றத்தில் போதிய பிரதிநிதித்துவம் பெற ஒதுக்கீடு வாய்ப்பாக அமைந்தது.

சென்னை மாநில ஆளுநராக இருந்த வெலிங்டன் பிரபு சர். பிட்டி தியாகராய செட்டியாரை அமைச்சரவை அமைக்க அழைப்பு விடுத்தார். ஆனால், அழைப்பை ஏற்காத தியாகராயர் கடலூர் ஏ. சுப்பராய ரெட்டியாரை பதவி ஏற்கச் செய்தார்.

இது நீதிக்கட்சியின் முதல் அமைச்சரவை என்பது மட்டுமல்லாது சென்னை மாநிலத்தின் முதல் அமைச்சரவை ஆகவும் அமைந்தது.

1920ஆம் ஆண்டு டிசம்பர் திங்கள் 17 ஆம் நாள் புதிய அமைச்சரவை பதவியேற்றது. அப்போது முதல் அமைச்சர் என்ற பதவி கிடையாது.

நீதிக்கட்சியைப் பொருத்தமட்டில் 1926 முதல் 1929ஆம் ஆண்டு வரை உள்ள இடைப்பட்ட காலம் தவிர 1920 முதல் 1937ஆம் ஆண்டு வரை சென்னை மாநிலத்தை நீதிக் கட்சியினர் ஆட்சி செய்தனர்.

நீதிக்கட்சி ஆட்சிக் காலத்தில் பொதுப் பணியில் பார்ப்பனர் அல்லாத வகுப்பினருக்குப் போதிய பிரதிநிதித்துவம் அளிக்கும் முயற்சி மேற்கொள்ளப்பட்டது குறிப்பிடத்தக்கது.

தாழ்த்தப்பட்ட இனத்தினரின் நிலையை மேம்படச் செய்தல், கல்வித் துறையில் சீர்திருத்தம் போன்றவை இந்த ஆட்சிக் காலத்தில் மேற்கொள்ளப்பட்ட முக்கிய நடவடிக்கைகள்.

1921 மற்றும் 1922ஆம் ஆண்டுகளில் இயற்றப்பட்ட வகுப்புவாரி பிரதிநிதித்துவ அரசாணைகள் மூலம் உள்ளாட்சி அமைப்புகள், கல்வி நிலையங்கள் ஆகியவற்றில் ஒடுக்கப்பட்ட, பிற்படுத்தப்பட்ட சமூகத்திற்கு கூடுதல் விகிதத்தில் ஒதுக்கீடுகள் வழங்கப்பட்டன.

1924ஆம் ஆண்டு நீதிக்கட்சியின் பனகல் அரசரின் தலைமையிலான அமைச்சரவை உருவாக்கிய பணியாளர் தேர்வு வாரியம் 1929ஆம் ஆண்டு தேர்வாணையக் குழுவாக உருவெடுத்தது.

இத்தகைய அமைப்பு இந்தியாவிலேயே முதலாவதாக அமைந்தது என்பது குறிப்பிடத்தக்கது.

இந்து சமய அறநிலையச் சட்டம் எப்பொழுதும் கண்டிராத சமூக, சமய சீர்திருத்த முயற்சியாக நீதிக் கட்சியினரால் 1921 ஆம் ஆண்டு மேற்கொள்ளப்பட்டது.

இந்த முயற்சியானது கோயில் சொத்துக்களைத் தவறாகப் பயன்படுத்தியதையும், ஊழலின் ஊற்றுக் கண்களையும் வீழ்த்தியது. இச்சட்டத்தின் மூலம் கோயில்கள், மடங்களின் சொத்துக்கள் அரசாங்கத்தின் கட்டுப்பாட்டின் கீழ் கொண்டுவரப்பட்டன.

பெண்களின் விடுதலைக்கு மிகுந்த முன்னுரிமை அளிக்கப் பட்டது. 1921ஆம் ஆண்டு ஏப்ரல் மாதம் 1ஆம் தேதி அன்று சட்டமன்றத்தில் பெண்கள் விடுதலையை முன்னிறுத்தி சட்டம் ஒன்று நிறைவேற்றப்பட்டது. எனினும் 1926ஆம் ஆண்டு தான் இச்சட்டத்திற்கு ஆளுநரின் ஒப்புதல் கிடைத்தது.

பெண்கள் சட்ட மன்றத்திற்கு நியமிக்கப்படவும், தேர்தலில் போட்டியிடவும் முதன்முதலில் சென்னை மாகாணத்தில் ஆட்சி செய்த நீதிக்கட்சி அரசு சட்டமியற்றியது இதன் வாயிலாகத் தேர்தலில் பெண்களுக்குப் போட்டியிடத் தகுதியில்லை என்ற நிலைப்பாடு முடிவிற்கு வந்தது.

1927ஆம் ஆண்டு தொடக்கத்தில் டாக்டர் முத்துலட்சுமி ரெட்டி நியமன உறுப்பினராக சட்டமன்றத்திற்கு ஆளுநரால் நியமிக்கப்பட்டார். பின்னர் இவர் சட்டமன்றத் துணைத் தலைவராகவும் தேர்ந்தெடுக்கப்பட்டார்.

இங்கிலீச்சி இந்தியப் பெண்களின் விடியல் என்றால் அது மிகையல்ல.

சர் பிட்டி தியாகராய நகர்

டாக்டர் முத்துலட்சுமி

டாக்டர் முத்துலட்சுமி அனைவரும் நன்கறிந்த பெண்மணி. இவர் தேவதாசி முறை ஒழிப்பு, பெண் கல்வி, பெண்கள் மேம்பாடு ஆகியவற்றுக்காகப் பெரிதும் உழைத்தவர்.

கள்ளர் இனத்தினர் குற்றப் பரம்பரைச் சட்டத்தினால் இழிவும் பாதிப்பும் அடைந்திருந்தனர். அவர்களின் பரிதாப நிலையை மேம்படுத்த நீதிக்கட்சி அமைச்சரவை பெரும் முயற்சி மேற்கொண்டது.

1921ஆம் ஆண்டு நீதிக் கட்சி அரசு கள்ளர் சீர்திருத்தச் சட்டம் குறித்த சுற்றாணை பிறப்பித்தது.

இது பல்வேறு நிலைகளிலும் அவர்களின் வாழ்க்கைத் தரத்தை மேம்படுத்தும் வகையில் அமைந்திருந்தது.

கள்ளர்கள் குடியேற்றம், அவர்களது மேம்பாட்டுக்கான பள்ளிகள், விடுதிகள், தொழிற் பள்ளிகள் தொடங்குதல் போன்றவை நீதிக்கட்சியின் சாதனைகள்.

குற்றப் பரம்பரையினர் நிலையிலிருந்த கள்ளர்கள், ஒரு நிலையான குடியேற்றம் செய்யப்பட்டதைத் தொடர்ந்து குற்றப் பரம்பரையினர் சட்டமே ரத்தானது குறிப்பிடத்தக்கது.

மேலும் தாழ்த்தப்பட்ட மக்களின் நல்வாழ்வுக்காக அவ்வின மக்கள் கல்வியை ஊக்கமுடன் பெறுவதற்குத் தொழிலாளர் ஆணையரை நீதிக்கட்சி அரசு நியமித்தது.

வட்டிக் கடைக்காரர்கள், நிலக்கிழார் ஆகியோரின் கொடும் பிடியிலிருந்து அவர்களை மீட்கக் கூட்டுறவு இயக்கங்களைத் தொடங்கியது.

கல்வி நிலையங்களில் தாழ்த்தப்பட்ட மாணவர்களின் எண்ணிக்கை பெருகியது.

டாக்டர் சுப்பராயன் அமைச்சரவை தாழ்த்தப்பட்ட மாணவர்களுக்கான விடுதிகளைத் தொடங்கியது.

மட்டுமல்லாமல் நில மேம்பாட்டுக் கடன் சட்டம், வேளாண் மைக் கடன் சட்டம் முதலியவையும் நிறைவேற்றப்பட்டது.

காவிரி பாசனப் பகுதியின் நீர்ப்பாசன வசதிக்காக 1924ஆம் ஆண்டு மைசூர் அரசாங்கத்துடன் ஓர் ஒப்பந்தமும் கையெழுத்தானது.

பெண்களின் திருமண வயதுவரம்பு உயர்த்தப்பட்டது.

தொழிலாளர் ஈட்டுறுதிச் சட்டம், தொழிற்சங்கச் சட்டம் ஆகியனவும் நிறைவேற்றப்பட்டன.

மக்கள் நல்வாழ்வுத் துறை உருவாக்கப்பட்டது.

தூத்துக்குடி துறைமுகக் கழகச் சட்டம், சென்னை தொழிற்துறை உதவிச் சட்டம் நிறைவேறின.

இந்திய மருத்துவ முறை உரிய ஆக்கம் பெற்றது.

தேவதாசி முறை அறவே ஒழிக்கப்பட்டது.

சென்னைப் பல்கலைக் கழகச் செயல்முறை திருத்தி அமைக்கப்பட்டது.

அக்டோபர் 1928ஆம் ஆண்டு நிறைவேற்றப்பட்ட அண்ணாமலைப் பல்கலைக்கழகச் சட்டம் குறிப்பிடத்தக்கதாகும் தொடர்ந்து 1929ஆம் ஆண்டு அண்ணாமலைப் பல்கலைக் கழகம் உருவாகியது..

அண்ணாமலைப் பல்கலைக் கழகம், பிற்படுத்தப்பட்ட, மிகவும் பிற்படுத்தப்பட்ட, தாழ்த்தப்பட்ட மக்களின் கல்வித் தேவையை உயர்த்துவதாக அமைந்தது.

நீதிக் கட்சியினர் ஆட்சியில் தான் 1926ஆம் ஆண்டு ஆந்திரப் பல்கலைக் கழகமும் உருவாகியது.

நீதிக்கட்சியின் முத்தையா முதலியார் பிறப்பித்த உத்தரவில் வகுப்புவாரி சுழற்சி முறை 1928ஆம் ஆண்டு அறிமுகப்படுத்தப் பட்டது.

பார்ப்பனர் அல்லாத இந்துக்கள், முகமதியர்கள், ஆங்கிலோ இந்தியர், இந்திய கிறிஸ்தவர், ஆதி திராவிடர் என்னும் வகையில் இடங்கள் நிரப்பப்பட்டன.

ஆதி திராவிடர்களில் படித்தவர் எண்ணிக்கை மிகவும் குறைவாக இருந்ததால் அவர்களுக்குக் குறைந்த அளவு இட ஒதுக்கீடு அளிக்கப்பட்டது.

நீதிக்கட்சி ஆட்சிக்கு வந்தவுடன் உயர்கல்வியில் பார்ப்பனர் ஆதிக்கத்தைக் குறைக்க தீவிர முயற்சி மேற்கொள்ளப்பட்டது.

'கல்லூரி மாணவர் சேர்க்கைக் குழுவைக்' கலை அறிவியல் கல்லூரி, பொறியியல், மருத்துவம், வேளாண்மை, சட்டம் உட்பட அனைத்துக் கல்லூரிகளிலும் ஏற்படுத்தியது.

அந்தக் குழுவில் கல்லூரியின் முதல்வர், நீதிக்கட்சியைச் சார்ந்த துறை ரீதியான அறிவு பெற்ற அறிஞர் ஒருவர், அந்தத் துறையின் இயக்குநர் ஆகியோர் அக்குழுவில் இடம் பெற்றிருந்தனர்.

50 விழுக்காடு இடங்களுக்கு மேல் பார்ப்பன மாணவர் களைச் சேர்க்கக் கூடாது என்று அக்குழுவிற்கு அரசு உத்தரவு பிறப்பித்தது.

1922ஆம் ஆண்டு சென்னை மாநிலக் கல்லூரியில் அக் கல்லூரி மாணவர் சேர்க்கைக் குழுவில் டாக்டர் நடேச முதலியார் இடம் பெற்றிருந்தார்.

மொத்த இடங்கள் 242. பார்ப்பன மாணவர்கள் 167 பேர் விண்ணப்பம் செய்திருந்தனர். 50 விழுக்காடு அடிப்படையில் 121 பார்ப்பன மாணவர்கள் மட்டுமே சேர்த்துக் கொள்ளப் பட்டனர். மீதம் 46 பார்ப்பன மாணவர்கள் சேர்க்கை மறுத்தளிக்கப்பட்டது.

இந்திய வரலாற்றில் முதல் முறையாகப் பார்ப்பன மாணவர்களுக்கு இடமில்லை என்று கல்லூரியில் சேர்க்க மறுத்த சமூகப் புரட்சி, நீதிக் கட்சி ஆட்சியில் தான் நடைபெற்றது.

மருத்துவக் கல்லூரிச் சேர்க்கையில் 1921க்கும் 1922ஆம் ஆண்டுக்கும் இடைப்பட்ட ஓராண்டுக் காலத்தில் தலைகீழ் மாற்றம் ஏற்பட்டது.

1921 இல் 58 ஆக இருந்த பார்ப்பன மாணவர் எண்ணிக்கை 1922ஆம் ஆண்டு 33 ஆகக் குறைந்தது.

அதேபோல 1921ஆம் ஆண்டு 15 ஆக இருந்த பார்ப்பனர் அல்லாத மாணவர் எண்ணிக்கை 36 ஆக உயர்ந்தது.

இது கல்லூரி மாணவர் சேர்க்கைக் குழுவால் ஏற்பட்ட நன்மை என்பது குறிப்பிடத்தக்கது.

இந்தியாவில் ஆங்கிலேயர் ஆட்சிக் காலத்தில் தங்கள் ஆட்சி நிர்வாகத்தில் பணிபுரிய உயர் கல்வி படித்த இந்தியர்களை உருவாக்குவதற்காக 1857ஆம் ஆண்டு சென்னை, மும்பை, கல்கத்தா ஆகிய மூன்று இடங்களில் பல்கலைக் கழகங்கள் உருவாக்கப்பட்டன.

அவை இந்தியப் பல்கலைக் கழகச் சட்டத்தின் படி இயங்கி வந்தன.

1920ஆம் ஆண்டு நீதிக் கட்சி ஆட்சிக்கு வந்த பிறகு 1921ஆம் ஆண்டு முதலே வகுப்பு அடிப்படையில் மாணவர் சேர்க்கை முதலானவற்றுக்குச் சென்னைப் பல்கலைக் கழகம் இணங்க மறுத்து வந்தது.

எனவே நீதிக்கட்சி அரசு 1923ஆம் ஆண்டு சென்னைப் பல்கலைக் கழகச் சட்ட மசோதாவைச் சட்டமன்றத்தில் கொண்டு வந்து நிறைவேற்றி, மாகாண அரசின் கட்டுப்பாட்டில் பல்கலைக் கழகத்தைக் கொண்டு வந்தது.

அந்தச் சட்டத்தின்படி, துணை வேந்தருக்கும் மேலான பதவியான இணை வேந்தராக மாகாணக் கல்வி அமைச்சரே பொறுப்பு வகிக்க அனுமதிக்கப்பட்டார்.

பல்கலைக் கழகச் செனட் உறுப்பினர்களின் எண்ணிக்கை இரண்டு மடங்காக உயர்த்தப்பட்டது.

அதன்பிறகு செனட்டில் பார்ப்பனர்களின் ஆதிக்கம் முழுமையாக ஒழிக்கப்பட்டது.

உயர்கல்வியில் பார்ப்பனர்கள் மட்டுமே படிக்க வேண்டும் என்ற உள் நோக்கத்துடன் சமஸ்கிருதத்தை ஒரு பாடமாகப் படிக்காமல் தமிழ் உள்ளிட்ட எந்த மொழியிலும் பட்டம் வாங்க முடியாத நிலை அப்போதிருந்தது.

1924ஆம் ஆண்டு கல்வி அமைச்சராக இருந்த ஏ.பரசுராம பாத்ரோ சட்டமன்றத்தில் அறிவிப்பு ஒன்றை வெளியிட்டார். அதாவது, 'இது திராவிட அரசு. இந்த அரசின் பணம் திராவிட மொழிகளுக்கு மட்டுமே செலவிடப்படும்' என்றார்.

வெறும் அறிவிப்போடு நின்றுவிடாமல் அதற்கான அரசாணையையும் அவர் பிறப்பித்தார்.

அதன் பின்னரே சென்னைப் பல்கலைக் கழகச் செனட் கூட்டத்தில் சமஸ்கிருதம் படிக்காமலேயே தமிழைப் படித்து புலவர் பட்டம் பெறலாம் என்ற நிலை உருவாயிற்று.

1926ஆம் ஆண்டு முதல் தமிழை மட்டுமே படித்துத் தமிழ் பண்டிட் பட்டம் பெறும் அற்புதங்கள் நிகழ்ந்தன. பிற்காலத்தில் புலவர் படிப்புப் படிக்கலாம் என்ற நிலையும் ஏற்பட்டது.

1927ஆம் ஆண்டு முதல் சமஸ்கிருதம் படிக்காமல் பி.லிட் படிக்கும் வாய்ப்பும் ஏற்பட்டது.

தமிழ் மொழிக்கு சமஸ்கிருதத்தில் இருந்து விடுதலை வாங்கிக் கொடுத்தது நீதிக் கட்சி தான் என்பது குறிப்பிடத்தக்கது..

நீதிக்கட்சி தொடங்கப்பட்ட காலக்கட்டத்தில் காங்கிரஸ் பேரியக்கத்தில் பார்ப்பனர்களின் ஆதிக்கமே கொடிகட்டிப் பறந்து கொண்டிருந்தது.

ஆளுநர் கவுன்சில் மற்றும் ஆளுநர் ஜெனரல் கவுன்சில் களில் பெரும்பாலும் பார்ப்பனர்களே தேர்ந்தெடுக்கப்பட்டனர். பார்ப்பனர் அல்லாதோரும் அவற்றில் பங்கேற்பதற்கான முயற்சிகளை நீதிக்கட்சி மேற்கொண்டது.

அதற்காக கட்சியின் தலைவர் டி.எம். நாயர் இரண்டு தடவை லண்டனுக்குச் சென்று போராடி பார்ப்பனர் அல்லாதோருக்குத் தனித் தொகுதியைப் பெற்று வந்தார்.

நீதிக்கட்சியைச் சார்ந்த கிருஷ்ணன் நாயர் 1921ஆம் ஆண்டு ஜூலை மாதம் 4ஆம் தேதி பெண்களுக்கு வாக்குரிமை வேண்டும் என்ற தீர்மானத்தை சட்டமன்றத்தில் கொண்டுவந்தார். அதுவும் நிறைவேற்றப்பட்டது.

எனினும் உடனடியாக அதைச் சட்டமாக்க மறுத்த ஆளுநர், கடைசியில் 1926ஆம் ஆண்டுதான் பெண்களுக்கு வாக்குரிமை வழங்கும் ஆணையைப் பிறப்பித்தார்.

இந்தச் சட்டத்திற்குப் பின்னர்தான் டாக்டர் முத்துலட்சுமி சட்டசபை உறுப்பினராக நியமிக்கப்பட்டார்.

பெண்களின் முன்னேற்றத்திற்காகச் சுயமரியாதை இயக்கமும் நீதிக்கட்சியும் ஆற்றிய பங்களிப்புகள் மிகமிக அதிகம்.

பெண்கள் கல்விக்காகப் பெண்களுக்கான ஆசிரியர் பயிற்சிப் பள்ளிகள் தொடங்கப்பட்டன.

பெண்களுக்கு பள்ளி இறுதி வகுப்பு படிப்பு வரை கட்டணமில்லாமல் இலவசக் கல்வி வழங்கப்பட்டது.

முக்கியமாக தேவதாசி முறை ஒழிக்கப்பட்டது.

பனகல் அரசர்

இந்துமத பரிபாலன போர்டு:

தென்னகத்தில் ஆட்சிபுரிந்த அரசர்கள் பெரிய பெரிய கோயில்களைக் கட்டி அவற்றிற்கு ஏராளமான சொத்துக்களையும் வழங்கினர். இவற்றைப் பார்ப்பனர்கள் கொள்ளையடித்து வாழ்ந்து வந்தனர்.

இந்தப் பார்ப்பனக் கொள்ளையைத் தடுத்து நிறுத்த பனகல் அரசர் முயற்சி மேற்கொண்டார். சட்ட மசோதாவும் சட்டமன்றத்தில் தாக்கல் செய்யப்பட்டது.

1923ஆம் ஆண்டு சட்டமன்றத்தில் மசோதா நிறைவேற்றப் பட்டது.

கோயில்களின் வருமானத்தை அரசு ஊழியர்கள் மூலம் பராமரித்தல், உபரிநிதியைக் கல்வி, மருத்துவம் போன்றவற்றிற்குப் பயன்படுத்துதல் முதலானவை இச்சட்டத்தின் நோக்கங்களாகும்.

எனினும் இச்சட்டத்திற்கு ஆளுநர் அனுமதி அளிக்காதவாறு பார்ப்பனர்கள் பல்வேறு சதி முயற்சிகளை மேற்கொண்டனர்.

ஆயினும் 1925ஆம் ஆண்டு நவம்பர் மாதம் அனைத்துத் தடைகளையும் மீறி சட்டம் நடைமுறைப்படுத்தப்பட்டது.

பனகல் அரசரின் தலைமையிலான நீதிக்கட்சி அரசு மீது மடாதிபதிகளும் கோயில் நிர்வாகிகளும் உயர்நீதி மன்றத்தில் வழக்கு தொடுத்தனர்.

இத்தகைய காங்கிரசாரின் நடவடிக்கை பெரியாருக்கு எரிச்சலைத் தந்தது. அதேநேரத்தில் பனகல் அரசரின் மீது நல்லெண்ணமும் ஏற்பட்டது.

இந்தக்காலக்கட்டத்தில்தான் தந்தை பெரியார் காங்கிரஸ் கட்சியை விட்டு வெளியேறியது குறிப்பிடத்தக்கது.

நீதிக்கட்சியின் சீர்திருத்தங்கள்:

பனகல் அரசர் காலத்தில்தான் சென்னை மாகாண அரசுக்கும், மைசூர் சமஸ்தான அரசுக்கும் இடையே காவிரி நதி நீர்ப் பங்கீடு ஒப்பந்தம் செய்யப்பட்டது. அதன் பயனாக மேட்டூரில் அணைகட்டத் திட்டம் உருவாக்கப்பட்டது.

ஆயிரம் ஆண்டுகளாகச் சமூகத்திலிருந்து ஒதுக்கி வைக்கப்பட்ட ஒடுக்கப்பட்ட மக்களை மற்றச் சாதிமக்களோடு

இரண்டறக்கலந்து பழகும் வாய்ப்பை ஏற்படுத்திக் கொடுத்ததே நீதிக்கட்சி ஆட்சி தான் என்பதை யாராலும் மறுக்க முடியாது.

பனகல் அரசரின் தலைமையிலான நீதிக்கட்சி அமைச்சரவை பலப்பல சீர்திருத்தங்களைக் கொண்டு வந்ததை யாராலும் மறுக்கவே முடியாது.

1. அறநிலையப் பாதுகாப்புச் சட்டம்.

2. சர். பாத்ரோ நிறைவேற்றிய சென்னைப் பல்கலைக் கழகச் சங்கச் சீர்திருத்தச் சட்டம்.

3. அனைத்து சாதி மாணவர்களுக்கும் பல்கலைக் கழகத்தில் சேர்ந்து படிப்பதற்கான தேர்வு வாரியம் அமைத்தல்.

4. ஆந்திர பல்கலைக் கழகச் சங்கச் சட்டம்.

5. சர். கே.வி. ரெட்டி நாயுடு நிறைவேற்றிய கைத்தொழிலுக்கு அரசின் உதவிச் சட்டம்.

6. வேலைவாய்ப்பு மண்டலத்தை இந்திய மயமாக்கலுக்கான அடித்தளம்.

7. ஆயுர்வேத மருத்துவத்தை அபிவிருத்தி செய்யும் திட்டம்.

8. இந்தியாவிலேயே முதன் முதலாக சென்னையில் மருத்துவக் கல்லூரியை நிறுவுதல்.

9. தொழிலாளர் மற்றும் ஒடுக்கப்பட்டோர் முன்னேற்றத்திற் கான பல்வேறு நடவடிக்கைகள்.

இந்தியாவிலே இரட்டை ஆட்சியைத் திறம்பட நடத்திக் காட்டியதாக அனைத்துத் தரப்பினருமே ஒப்புக்கொள்ளத்தக்க வகையில் நீதிக்கட்சியின் ஆட்சி அமைந்திருந்தது.

கட்சி சம்பிரதாயப்படி நிர்வாகம் நடத்திய பெருமை நீதிக்கட்சிக்கே உண்டு என்று அப்போதைய அமைச்சர் மௌலான யாகூர்ஹாசன் சேட் என்பவர் வேலூரில் நடைபெற்ற தமிழ்நாடு காங்கிரஸ் கட்சி மாநாட்டில் ஒப்புக்கொண்டதை இங்கு முக்கியமாகக் குறிப்பிடலாம்.

03

திராவிடர் கழகம்

திராவிடம் என்கிற சொல்லுக்கு அகில இந்திய ரீதியில் ஒரு அங்கீகாரம் கிடைத்ததற்கு முக்கிய காரணகர்த்தா யார் என்று கேட்டால் கண்களை மூடிக்கொண்டு பதில் சொல்ல முடியும் -

அறிஞர் அண்ணா என்று!

தென்இந்திய நலஉரிமைச் சங்கத்துக்கு மாற்றாக முன்வைக்கப்பட்ட வார்த்தைகள் என்ன தெரியுமா?

திராவிடம் மற்றும் கழகம்!

இந்தத் தீர்மானத்தை முன்மொழிந்தவர் அறிஞர் அண்ணா. எனவே அந்தத் தீர்மானம் 'அண்ணாதுரை தீர்மானம்' என்ற சிறப்புப் பெயரையும் பெற்றது.

சமூகத்தில் மட்டுமல்லாமல் அரசு அதி காரங்களிலும் தங்கள் செல்வாக்கை புத்தி சாலித்தனமாக நிலைநிறுத்தி வந்த பிராமண சமூகத்தினருக்கு இணையாகப் பிராமணர் அல்லாதோருக்கும் உரிய மதிப்பும், மரியாதை யும், பிரதிநிதித்துவமும், அதிகாரப் பங்கும்

வழங்கப்பட வேண்டும் என்பதை லட்சியக் கனவாகக் கொண்டு இயங்கியது நீதிக்கட்சி.

1920ஆம் ஆண்டு சென்னை மாகாணத்தில் நடைபெற்ற தேர்தலில் ஆட்சியைக் கைப்பற்றிய நீதிக்கட்சி 1937ஆம் ஆண்டு வரை, இடையில் ஒருசில ஆண்டுகள் தவிர்த்து ஆட்சியில் நீடித்தது.

இதனிடையே 1925ஆம் ஆண்டு சமூக சீர்திருத்தத்தைக் கருத்தில் கொண்டு 'சுயமரியாதை இயக்கம்' தந்தை பெரியாரால் தோற்றுவிக்கப்பட்டது. ஆட்சி அதிகாரத்தில் நம்பிக்கை வைக்காமல் சமூகச் சிர்திருத்தத்தில் மட்டும் கவனம் செலுத்தியது இந்த இயக்கம்.

அதிகார பலத்தைப் பயன்படுத்தி சட்ட ரீதியாகப் பல்வேறு சீர்திருத்த நடவடிக்கைகளைக் கொண்டுவந்த போதிலும் நீதிக்கட்சியால் மக்களிடத்தில் செல்வாக்கு தளத்தை விரிவாக்கிட முடியவில்லை.

அதற்கு முக்கியக் காரணமும் உண்டு.

நீதிக்கட்சியில் சமூகத்தின் மேல்தட்டு வர்க்கத்தைச் சேர்ந்த செல்வந்தர்கள், நிலஉடைமையாளர்கள், ஜமீன்தார்கள், பண்ணையார்கள் போன்றவர்களின் ஆதிக்கமே நிறைந்திருந்தது. எனவே அடித்தட்டு மக்களை அவர்களால் அதிகம் கவர்ந்திழுக்க முடியவில்லை என்பதே உண்மை.

ஆனால் தந்தை பெரியார் தலைமையிலான சுயமரியாதை இயக்கம் அடித்தட்டு வர்க்கத்தினர் மற்றும் கிராமப்புறங்கள் வரை ஊடுருவிச் சென்று செல்வாக்கினைப் பெற்றது.

பிராமணர் அல்லாதவர்களின் சமூக முன்னேற்றத்தைக் கருத்தில் கொண்ட நீதிக்கட்சியின் அதே லட்சியத்தைத்தான் சுயமரியாதை இயக்கமும் கொண்டிருந்தது. எனினும் கூடுதலாக சாதீய ஏற்றத்தாழ்வு, ஒடுக்குமுறை, பெண் அடிமை போன்றவற்றை எதிர்ப்பதிலும் அதிகக் கவனம் செலுத்தியது.

எனவே சமூகத்தின் அடிஆழத்தில் அதிகமாகக் காணப்பட்டவர்களின் மனங்களில் எளிதாக இடம்பிடித்தது சுயமரியாதை இயக்கம். நீதிக்கட்சிக்கு சரிவு ஏற்பட்ட நிலையில் பெரியார் தலைமையிலான சுயமரியாதை இயக்கம் வேரூன்றி வளரத் தொடங்கியது.

அறிஞர் அண்ணா - பி.டி. ராஜன்

ஆனால் அதேநேரத்தில் காங்கிரஸ் கட்சியோ நாட்டின் விடுதலைப் போராட்டத்தில் மட்டுமே முழுமையான கவனம் செலுத்தி வந்தது.

காங்கிரஸ் கட்சியில் அங்கம் வகித்த தந்தை பெரியாரோ நாட்டின் விடுதலையோடு சமூகத்தில் பிராமணர் அல்லாதோர் விடுதலையும் பெற வேண்டும் என்ற வேட்கை கொண்டிருந்தார்.

காங்கிரஸ் கட்சியோடு இணைந்து சமூக சீர்திருத்தப் பணிகளையும் முன்னெடுக்க ஆவல் கொண்டார். அதற்காக பெரியார் - ராஜாஜி சந்திப்பு குற்றாலத்தில் நடைபெற்றது. ஆனால் அந்தப் பேச்சுவார்த்தை வெற்றி பெறவில்லை.

அதற்குக் காரணம் என்னவென்றால் அன்றைய காலக் கட்டத்தில் சமூக சீர்திருத்ததில் காங்கிரஸ் கட்சி அக்கறை எடுத்துக் கொள்ளவில்லை.

எனவே காங்கிரஸ் கட்சியோடு சேர்ந்து சமூக சீர்திருத்ததை முன்னெடுத்துச் செல்லலாம் என்ற பெரியாரின் திட்டம் நிறைவேறவில்லை.

இந்நிலையில்தான் மீண்டும் நீதிக்கட்சியை மக்கள் செல்வாக்கு பெற்ற கட்சியாக மாற்றும் முயற்சிகள் தீவிரமாக நடை பெற்றன. சமூக சீர்திருத்தத்தில் அக்கறை கொள்ளாத காங்கிரஸ்

பேரியக்கத்தில் இருந்து வெளியேறினார் தந்தை பெரியார். நீதிக்கட்சியில் ஐக்கியமானார்.

1937ஆம் ஆண்டு தேர்தலில் நீதிக்கட்சி பெரும் தோல்வியைப் பெற்றது. ஆட்சியில் இருந்து இறங்க வேண்டியதாகி விட்டது.

இதனையடுத்து 1938ஆம் ஆண்டு நீதிக்கட்சியின் தலைவராகத் தந்தை பெரியார் தேர்ந்தெடுக்கப்பட்டார். வீழ்ந்து கிடந்த கட்சியை எழுந்து நிற்க வைப்பதற்கான பெருமுயற்சி மேற்கொள்ளப்பட்டது.

1940ஆம் ஆண்டு ஆகஸ்ட் மாதம் 24 ஆம் தேதி திருவாரூரில் நடைபெற்ற நீதிக்கட்சி மாநாட்டில் தந்தை பெரியார் தலைவராகத் தேர்ந்தெடுக்கப்பட்டார். அந்த மாநாட்டில்தான் 'திராவிடநாடு திராவிடருக்கே' என்ற முழக்கம் முன்வைக்கப் பட்டது.

திராவிடர்களுடைய கலாச்சாரம், நாகரிகம், பொருளாதாரம் ஆகியவை முன்னேற்றமடைய சென்னை மாகாணம் பிரிட்டிஷ் இந்தியாவுக்கான அமைச்சரின் நேரடிப் பார்வையில் தனிநாடாக பிரிக்கப்பட வேண்டும் என்ற தீர்மானம் நிறைவேற்றப்பட்டது.

இதற்கான திட்டங்களை வகுக்க பெரியார், முனி கன்னையா நாயுடு, கி.ஆ.பெ. விசுவநாதம், டபிள்யு.பி.ஏ. சவுந்தரபாண்டியன், பி.டி.ராஜன், ராஜா சர் முத்தையா செட்டியார் உள்ளிட்டோர் அடங்கிய குழுவை அமைக்கவும் மாநாடு தீர்மானித்தது.

இந்தத் தீர்மானத்தை பி.பாலசுப்பிரமணியம் முன்மொழிய, அறிஞர் அண்ணாவும், சி. பாசுதேவும் வழிமொழிந்தனர்.

இந்தி எதிர்ப்புப் போராட்டம் மக்கள் மத்தியில் தங்களுடைய பாரம்பரிய பெருமைகளை உணர வழி அமைத்திருந்தது. தாளமுத்து நடராஜன் ஆகியோர் உயிர்த்தியாகம் செய்திருந்தனர்.

எனவே, திராவிடநாடு கோரிக்கைக்கு மக்கள் மத்தியில் ஆதரவு பெருகியது. 1941ஆம் ஆண்டு ஜூலை மாதம் ஒன்றாம் தேதி திராவிடநாடு பிரிவினை நாள் அனுசரிக்க முடிவு செய்யப்பட்டது.

அறிஞர் அண்ணாவின் உரைகள் தமிழ் மக்களிடையே குறிப்பாக இளைஞர்கள், மாணவர்கள் மத்தியில் மிகப்பெரிய தாக்கத்தை ஏற்படுத்தியது.

இந்நிலையில்தான் நீதிக்கட்சியின் பொதுச்செயலாளராகப் பணியாற்றிய கி.ஆ.பெ.விசுவநாதம் சில முரண்பாடுகள் காரணமாக பதவி விலகினார். அதைத் தொடர்ந்து அறிஞர் அண்ணா நீதிக் கட்சியின் பொதுச் செயலாளராக நியமிக்கப்பட்டார்.

அதன்பிறகு 1942ஆம் ஆண்டு சென்னை மாவட்ட நீதிக்கட்சி மாநாடு நடைபெற்றது. சென்னை மாவட்டத்தில் பிரச்சாரக் கூட்டங்களும், கிளைகள் அமைக்கும் பணியும் தீவிரமடைந்தன.

நீதிக்கட்சி என்றால் பெரிய சீமான்களின் கட்சி, மிராசுதாரர் களின் கட்சி என்ற தோற்றத்தை துடைத்தெறிய அண்ணா பல்வேறு திட்டங்களைத் தீட்டி சாமான்யர்களின் கவனத்தை ஈர்க்கத் தொடங்கினார்.

நீதிக்கட்சி ஒழிந்துவிட்டது என்று நினைத்த காங்கிரஸ் தலைவர்களும், பழமை விரும்பிகளும் அச்சம் கொண்டனர். நீதிக்கட்சிக்கு மக்கள் மத்தியிலும், இளைஞர்கள் மத்தியிலும் ஆதரவு பெருகியது.

எனினும் அன்று நீதிக்கட்சி மிகப் பெரிய அளவில் மக்களின் வெறுப்பை சம்பாதித்திருந்தது. அக்கட்சியின் களங்கமும் கறையும் பெரியாருக்கும், சுயமரியாதை இயக்கத்திற்கும் ஒட்டிக்கொள்ள ஆரம்பித்தது.

இது சுயமரியாதை இயக்கத்திற்கு மிகப் பெரிய பின்னடைவை ஏற்படுத்திவிடும் என்பதும், பிராமணர் அல்லாதோருக்கும் மிகப் பெரிய பாதிப்பை ஏற்படுத்திவிடும் என்கிற நிலைமை உருவானது.

அப்போது நீதிக்கட்சி என்கிற பெயரை மாற்ற வேண்டும் என்ற தீர்மானத்தை அண்ணா கொண்டுவந்தார். அதுவே 'அண்ணாதுரை தீர்மானம்' என்று அழைக்கப்பட்டது.

ஜமீன்தார்கள், நிலக்கிழார்கள், பண்ணையார்கள், தரகு முதலாளிகள் போன்றவர்களுக்கான கட்சி அல்ல என்பதை மக்களுக்குத் தெளிவுபடுத்த வேண்டிய கட்டாயநிலை இருப்பது உணரப்பட்டது.

இதனைத் தொடர்ந்து உருவானதுதான் 'திராவிடர் கழகம்'. தந்தை பெரியார் தலைமையில் 'நீதிக்கட்சி' என்ற பெயர் மாற்றப் பட்டு 'திராவிடர் கழகம்' என்ற பெயரில் பாமர மக்களின் இயக்கமாக மாறியது.

அதாவது நீதிக்கட்சி + சுயமரியாதை இயக்கம் = திராவிடர் கழகம் என்றானது.

இது வெறும் பெயர் மாற்றமாக மட்டுமே இருக்கவில்லை, உண்மையான சமூக சீர்திருத்த இயக்கமாக மாற்றம் பெற்றது.

பிராமணத்துவத்திற்கு எதிரான இயக்கம் என்றாலும் பிராமணர் அல்லாதோரில் பெரும் பணக்காரர்கள் மட்டுமே கோலோச்ச முடியும் என்ற நிலையை முற்றிலுமாகத் துடைத் தெறிந்து சாமானியர்களின் அமைப்பாக திராவிடர் கழகம் மாற்றம் பெறுவது என்று தீர்மானிக்கப்பட்டது.

அதேபோல தமிழர்களுக்கான தனி நாடு, சம உரிமை, சம அதிகாரம் போன்ற லட்சியங்களையும் அந்த அமைப்பு முன் வைத்தது.

மேலும், பிரிட்டீஷ் அரசாங்கத்தால் வழங்கப்பட்ட சர் மற்றும் திவான், பகதூர் போன்ற கௌரவப் பட்டங்களைத் திராவிடர் கழகத்தினர் தூக்கி எறிய வேண்டும் என்றும் தீர்மானிக்கப்பட்டது.

சுயமரியாதை இயக்க தொடக்க காலத்தில் தந்தை பெரியார்

தந்தை பெரியாருடன் கலைஞர், வீரமணி, மதியழகன்

1944ஆம் ஆண்டு பிப்ரவரி மாதம் கும்பகோணத்தில் 'திராவிட மாணவர் முதல் மாநாடு' நடத்தப்பட்டது. திராவிடர் மாணவர் கழகத் தலைவர்களான தவமணிராசனும் கருணானந்தமும் அம்மாநாட்டினை முன்னின்று நடத்தினார்கள். பள்ளி, கல்லூரி ஆசிரியர்கள் அவர்களுக்கு ஆதரவாக நின்றார்கள்.

1943ஆம் ஆண்டிலேயே கும்பகோணத்தில் திராவிடர் மாணவர் கழகத்தைத் தொடங்கியவர் தவமணிராசன். அம்மாநாட்டில் கலந்துகொண்ட நன்னன், ஏ.பி.ஜனார்த்தனம், பேராசிரியர் க.அன்பழகன், மதியழகன், நாவலர் இரா.நெடுஞ்செழியன், இரா.செழியன் ஆகியோர் பின்னாட்களில் தமிழக அரசியலில் பெரும் ஆளுமைகளாக உருவெடுத்தார்கள்.

அம்மாநாட்டில் பெரியார் வாழ்த்துச் செய்தியை அனுப்பி இருந்தார். அந்தச் செய்தியை மாநாட்டில் வாசித்தவர் அப்போது பச்சையப்பன் கல்லூரியில் தமிழாசிரியராகப் பணிபுரிந்த க.அன்பழகன்.

இதைத் தொடர்ந்து 1944ஆம் ஆண்டு ஏப்ரல் மாதம் கும்பகோணம் அரசினர் கல்லூரியில் நடந்த விழாவில் கலந்துகொண்டு பேசினார் பெரியார்.

மாணவர்களிடம் ஏற்பட்டிருந்த அரசியல் எழுச்சியைக் கவனித்த பெரியார் மிகுந்த உற்சாகத்தோடு ஈரோடு திரும்பினார். உடனே, தனது தனிச்செயலரை கல்லூரிகளுக்கு அனுப்பி வைத்தார். ஒவ்வொரு கல்லூரியிலும் இயக்கத்தின் மீது ஈடுபாடு கொண்ட மாணவர்களைக் கண்டறிந்து வரச் சொன்னார்.

அவ்வாறு கண்டறியப்பட்ட மாணவர்களை எல்லாம் ஈரோட்டுக்கு அழைத்தார். ஏப்ரல் 17ஆம் நாளன்று ஈரோட்டில் திராவிட இளைஞர் மாநாடு நடந்தது.

இம் மாநாட்டுக்கு அண்ணா தலைமை வகித்தார். பின்னர் மாநாட்டில் பயிற்சி பெற்ற மாணவர்கள் மாவட்டந்தோறும் பிரச்சாரங்களைத் தொடர்ந்தனர்.

இவ்வாறு இளைஞர்களும் மாணவர்களும் அரசியல் எழுச்சி பெற்றிருந்த சூழலில்தான் சேலத்தில் நீதிக் கட்சியின் 16வது மாகாண மாநாடு நடைபெற்றது.

சேலம் நகரம் அதுவரை அப்படியொரு பெரும் கூட்டத்தை கண்டதில்லை என்னும்படி மக்கள் திரண்டனர்.

இதனைத் தொடர்ந்து 1944ஆம் ஆண்டு ஆகஸ்ட் மாதம் 27ஆம் தேதி நடைபெற்ற சேலம் மாநாடு மாற்றங்களுக்கான முக்கிய களமாக அமைந்தது.

ஆங்கிலேய அரசிடம் இணக்கமான போக்கினை விலக்கிடும் முக்கிய தீர்மானம் நிறைவேற்றப்பட்டது.

‘திராவிடர் கழகம்’ தோன்றியது.

இத்தகைய அதிரடி மாற்றங்கள் பரவலாகப் பொது மக்களின் ஆதரவைப் பெறுவதற்கு நல்ல அடித்தளமாக அமைந்தது.

திராவிடர் கழகத்தின் தலைவராகத் தந்தை பெரியாரும், பொதுச் செயலாளராக அறிஞர் அண்ணாவும் செயல்படத் தொடங்கினர்.

ஆக, மேட்டுக்குடி என்ற களங்கம் நீக்கப்பட்டு நடுத்தர வர்க்கம், ஆசிரியர்கள், மாணவர்கள் என்று சமூகத்தின் பல்வேறு தரப்பினரையும் இயக்கம் வேகமாகச் சென்றடைந்தது.

பிராமணியக் கருத்தியலை மட்டுமே கொண்டிருந்த இயக்கம், திராவிடர் கழகமாக மாறியதும் திராவிடக் கருத்தியலைத் தனது கொள்கையாக அறிவித்தது.

முக்கியமாகத் தமிழ் மொழி, தமிழ் இனம், தமிழர்களின் தொன்மை போன்றவை முக்கிய வாதங்களாக மக்கள் அரங்கில் முன்வைக்கப்பட்டன.

மாநாட்டில் அறிஞர் அண்ணா கொண்டுவந்த தீர்மானங்கள் இங்கே அறியத்தக்கது.

1. பிரிட்டிஷ் ஆட்சியில் வழங்கப்பட்ட சர், ராவ்பகதூர், திவான் பகதூர், ராவ்சாகேப் போன்ற கவுரவ பட்டங்களைத் துறக்க வேண்டும்.

2. வெள்ளையர் ஆட்சியில் வகிக்கும் பதவிகளில் இருந்து விலக வேண்டும்.

3. பெயருக்குப் பின்னால் உள்ள சாதிப் பெயர்களை விட்டொழிக்க வேண்டும்.

4. 'தென்னிந்திய நல உரிமைச் சங்கம்' என்னும் நீதிக்கட்சி என்ற பெயரை மாற்றி 'திராவிடர் கழகம்' என்று பெயரிட வேண்டும்.

அண்ணாவின் இந்தத் தீர்மானங்கள் நாடு முழுவதும் கட்சிக்குப் புதிய எழுச்சியை உருவாக்கியது. வீழ்ச்சியடைந்த கட்சியின் வளர்ச்சி புத்தெழுச்சி பெற்றது.

மாநாட்டில் இந்தத் தீர்மானங்கள் அனைத்தும் ஒருமித்த ஆதரவைப் பெற்றது.

அதாவது, இந்தி, சமஸ்கிருதம், ஆரியம் அனைத்தும் திராவிடத்தின் மீது பிராமணியம் தொடுக்கும் தாக்குதல்களாக விமர்சிக்கப்பட்டது.

சாதி ஒழிப்பு, இந்து மதத்தின் கண்மூடித்தனமான மூடநம்பிக்கைக்கு எதிர்ப்பு, பெண்களின் சமத்துவம் போன்ற கொள்கைகள் தொடர்ந்து முக்கியத்துவம் பெற்றன.

ஆங்கிலேயர்கள் இந்தியாவிற்கு விடுதலை அளிக்கும்போது 'திராவிட நாடு' தனி நாடாக அமைந்திட வேண்டும் என்று வலியுறுத்தப்பட்டது.

இந்தித் திணிப்பு எதிர்ப்புப் போராட்டத்தின்போது "திராவிட நாடு" கோரிக்கையை தந்தை பெரியார் எழுப்பினார்.

அப்போது ஆங்கிலேய ஆட்சி இரண்டாம் உலகப் போர் முடிவடைந்த நிலையில் பலவீனப்பட்டு இருந்தது. 1942ஆம்

ஆண்டு நடைபெற்ற 'வெள்ளையனே வெளியேறு' இயக்கமும், தொடர்ந்து நடைபெற்ற தொழிலாளர், விவசாயிகளின் மக்கள் இயக்கங்களும், விடுதலை லட்சியத்தை மறுக்க முடியாத நிகழ்ச்சி நிரலாக முன்னுக்குக் கொண்டு வந்தன.

இதனிடையே பாகிஸ்தான் என்னும் தனிநாடு கோரிக்கையை ஜின்னா வலியுறுத்தினார். பிராமணர் அல்லாதார் இயக்கம் நீண்ட கால விடுதலைக்குப் பிறகு காங்கிரஸ் வந்தால் அது பிராமண ஆதிக்க ஆட்சியாக இருக்கும் என்ற அச்சத்தை வெளிப்படுத்தியது.

சேலம் மாநாட்டுக்குப் பிறகு திராவிடர் கழகத்துக்கான உறுப்பினர் சேர்க்கை தொடங்கியது.

பல்வேறு கடுமையான போட்டிகளுக்கு இடையே, திராவிடர் கழகம் சிற்றூர், பேரூர் என்று பட்டி தொட்டிகள் அனைத்திலும் கிளைகளைப் பரப்பி வேரூன்றத் தொடங்கியது.

இந்த வளர்ச்சிக்கு முக்கிய காரணம் நாட்டின் அன்றாட நிகழ்ச்சிகளில் கட்சி அக்கறையுடன் கவனம் செலுத்தியது. தமிழ்ப் பற்றுடன், மக்கள் பிரச்சனைகளுக்காகக் குரல் கொடுத்தது. நல்ல தமிழில் நாட்டு மக்களைச் சந்தித்து பணிகளைச் செய்தது.

அறிஞர் அண்ணாவும் தந்தை பெரியாரும்

தொடக்கத்தில் கொட்டகைகளில் நடத்திய கூட்டங்கள் பின்னர் நெடுஞ்சாலைகளிலும், கடற்கரை, பூங்காக்கள் உள்ளிட்ட திறந்தவெளிகளிலும் நடத்த வேண்டிய அளவுக்கு மக்கள் கூட்டம் திரண்டது.

மாவட்டங்கள் தோறும் கட்சி அமைப்பு பலப்படுத்தப் பட்டது. கட்சியின் பிரமாண்டமான வளர்ச்சியைத் தொடர்ந்து, திருச்சியில் இரண்டு நாள் மாநில மாநாடு நடைபெற்றது.

இந்த மாநாட்டில்தான் 'திராவிட நாடு ஏன் அவசியம்?' என்பது குறித்து அண்ணா விளக்கமான உரையை நிகழ்த்தினார்.

அந்த உரையின் சுருக்கத்தை அறிவது அவசியம்.

'இந்தியா என்பது ஒரு கண்டம். எனவே, அது பல நாடுகளாகப் பிரிக்கப்பட வேண்டும். ஐரோப்பா கண்டத்தில் பல நாடுகள் உள்ளன. ஐரோப்பா முழுமையும் ஒரே குடையின்கீழ் இருக்க வேண்டும் என்று யாரும் கூறவில்லை. இந்தியாவும் ஒரே குடையின் கீழ் இருக்கவேண்டுமென்ற அவசியமில்லை.

இந்தியாவில் தனித்தனி இனங்கள் உண்டு. அவற்றை மூன்று பெரும் பிரிவுகளாகப் பிரிக்கலாம். திராவிடர், முஸ்லீம், ஆரியர் என்று இந்த மூன்று இனங்களில் திராவிடரும் முஸ்லீமும் இன இயல்புகளில் அதிகம் வித்தியாசம் இல்லாதவர்கள். ஆரிய இன இயல்புகளுக்கும் மற்ற இரண்டு இன இயல்புகளுக்கும் துளியும் பொருத்தம் கிடையாது. பகைமை பெரிதும் உண்டு. இந்த தனித்தனி இன இயல்புகள் இருப்பதால் இனவாரியாக இந்தியா பிரிக்கப்பட்டால்தான் அந்தந்த இனத்துக்கென தனி இடமும் ஆட்சியும் கிடைக்கும். இல்லையென்றால், எந்த இனம் தந்திரத்தாலும் சூது சூழ்ச்சியாலும் தனது நலத்துக்காகப் பிறரை நசுக்கும் திறமையில் தேர்ந்து இருக்கிறதோ அந்த இனத்திற்கு மற்ற இனங்கள் அடிமைப்பட்டு வாழவேண்டிய நிலை வரும்.

முரண்பாடுள்ள இயல்புகளைக் கொண்ட இனங்களை ஒன்றாக இணைத்துக் கட்டுவதால் கலவரமும், தொல்லைகளுமே வளர்கின்றன. எதிர்காலத்தில் தொல்லைகள் வளர்ந்து இந்தியா ரத்தக்காடாகாமல் இருக்க வேண்டுமானால் இப்போதே சமரசமாக இனவாரியாக இந்தியாவைப் பிரிக்க வேண்டும்.

இன வாரியாக நாடு பிரிக்கப்படுவது புதியது இல்லை. ஏற்கெனவே இந்தியாவில் பிரிட்டிஷ் இந்தியா, சுதேச இந்தியா, பிரெஞ்சு இந்தியா, டச்சு இந்தியா என்று பல இந்தியாக்கள்

இருக்கின்றன. அதுபோல முஸ்லீம் இந்தியா, திராவிட இந்தியா, ஆரிய இந்தியா என்று மூன்று தனித்தனி வட்டாரங்கள் தேவை எனக் கேட்பது தவறல்ல.

இந்தியாவில் சுதேச சமஸ்தானங்கள் மட்டும் 574 இருந்தன. அசோகர், கனிஷ்கர், ஹர்ஷர், சமுத்திர குப்தர், அக்பர் போன்ற மன்னாதி மன்னர்கள் காலத்தில்கூட இந்தியா ஒரேநாடாக இருந்ததில்லை. அப்போதும் திராவிடநாடு எனத்தகும் தனி நாடு இருந்தது.

இந்தியா ஒரே நாடாக இருக்கிறது என்று கூறித்தான் ஆரியர்கள் இமயம் முதல் குமரி வரை இந்தியாவைத் தங்களுடைய வேட்டைக்காடாக்கி உள்ளனர். அரசியலில் அதிகாரிகளாகவும், கல்வியில் ஆசான்களாகவும், மதத்தில் குருமார்களாகவும், சமுதாயத்தில் பூதேவர்களாகவும், பொருளாதாரத்தில் பாடுபடாமல் உல்லாச வாழ்வு வாழக் கூடியவர்களாகவும் இருக்கிறார்கள்.

மற்ற இனத்தவர்கள் அவர்களுக்குத் தாசர்களாகவும், பாட்டாளிகளாய் உழைத்து உருத்தெரியாமல் சிதைபவர்களாகவும் வாடும் நிலை ஏற்பட்டுள்ளது.

இந்தியா இனவாரியாகப் பிரிய வேண்டுமென்று இந்தியாவை இனப்போர்க்களமாக காணக்கூடாது என்ற நல்ல நோக்கம் கொண்டவர்கள் நினைக்கிறார்கள். இதை ஏற்க மறுப்பவர்கள் சரித்திரத்தை மறந்தவர்களாகத்தான் இருக்க வேண்டும்.

வடக்கே பாகிஸ்தான் ஏற்பட்டுவிட்டது. அவர்கள் தீர்மானம் போடுவதற்கு முன்பே நாம் திராவிட நாடு தீர்மானம் நிறைவேற்றிவிட்டோம். பாகிஸ்தான் தேவை எனக் கூறப்பட்டதற்கான காரணங்களை விட, திராவிட தனி அரசு தேவை என்பதற்கு உண்டான காரணங்கள் அதிகமாக உள்ளன.'

இவ்வாறு அண்ணா தெளிவாகவே திராவிட நாடு தேவை என்பதைப் பற்றிப் பேசினார்.

மாநாட்டில் அண்ணாவின் இந்த முழக்கத்தை 50 ஆயிரம் மக்கள் கேட்டார்கள்.

'திராவிடத் திருநாட்டிலே ஆரிய அரசா? அதற்கு பார்ப்பன முரசா?' என்று கூட்டம் முழுவதும் முழக்கத்தை எழுப்பின.

இத்தனைக்கும் திராவிடர் கழகம் தேர்தல் அரசியலில் ஈடுபடுவதில்லை என்று முடிவெடுத்திருந்தது. அந்தச் சூழலிலும்

மக்கள் ஆதரவு பெருகியதற்கு இன உணர்வுதான் காரணமாக அமைந்தது.

திராவிடர் கழகம் இளைஞர்களையும், மாணவர்களையும், பெண்களையும் கவரும்வகையில் தனது வேலைத்திட்டத்தை வகுத்திருந்தது.

மாணவர்கள் மத்தியில் மட்டுமின்றி கல்வியாளர்கள் மத்தியிலும் அண்ணாவுக்கு பெருமதிப்பு உருவாகியது.

புதிய புதிய எழுத்தாளர்களும், கவிஞர்களும் திராவிடர் கழகத்தில் பெருகினார்கள். நல்ல தமிழில் பேசக்கூடியவர்கள் நாடு முழுவதும் கொள்கை முழக்கமிட்டனர்.

மாணவர் அமைப்பு, மகளிர் அமைப்பு, இளைஞர் அமைப்பு, எழுத்தாளர் அமைப்பு எனப் பல்வேறு அமைப்புகள் உருவாகின.

கருப்புச்சட்டைப் பிரிவும் தொடங்கப்பட்டது.

ஒருகட்டத்தில் கருஞ்சட்டைப்படை மாநாட்டுக்கு காங்கிரஸ் அரசாங்கம் தடை விதிக்கும் அளவுக்குச் சென்றது. அதையும் தந்தை பெரியார் உடைத்தெறிந்தார்.

இந்திய சுதந்திரப் போராட்டக் காலத்தில் காங்கிரஸ் கட்சியின் ஆசியுடன் இந்தி ஆதிக்கம் தமிழகத்தில் நுழைய முற்பட்டது. 1938ஆம் ஆண்டு 'சென்னை ராஜதானி' என்று அப்போது அழைக்கப்பட்ட தமிழகத்திலுள்ள பள்ளிகளில் இந்தி கட்டாயப் பாடமாகப் புகுத்தப்பட்டது.

இதனை எதிர்த்து தந்தை பெரியார் தலைமையில் தமிழறிஞர்களும், மதத் தலைவர்களும் கட்சி வேறுபாடின்றி அணிவகுத்து நின்றனர். அறிஞர் அண்ணா, கி.ஆ.பெ. விசுவநாதம், 'வாருங்கள் எல்லோரும் போருக்குச் சென்றிடுவோம்! வந்திருக்கும் இந்திப் பேயை விரட்டித் திருப்பிடுவோம்!' என்று அறைகூவல் விடுத்தனர்.

இப்போரில் தாளமுத்து, நடராசன் என்ற இரு இளைஞர்கள் இந்தியை எதிர்த்து சிறை புகுந்து சிறையிலேயே பிணமாகினர்.

இந்திய சுதந்திரத்துக்குப் பின்னர் காங்கிரஸ் கட்சி மறைமுக மாகவும், புறவாசல் வழியாகவும், இந்தியைப் புகுத்த முனைந்தது. தேசிய மொழி, பொது மொழி, இணைப்பு மொழி, நிர்வாக மொழி, ஆட்சி மொழி என்ற பல்வேறு பெயர்களில் இந்தியை திணிக்க முனைந்தது.

தந்தை பெரியாருடன் டாக்டர் அம்பேத்கர்

ஆனால், அறிஞர் அண்ணாவின் தலைமையில் தி.மு.கழகம் பல போராட்டங்களைத் தொடர்ந்து நடத்தி இந்தியை எதிர்த்தது. தமிழைக் காத்தது.

'உடல் மண்ணுக்கு உயிர் தமிழுக்கு' என்ற உணர்வில் ஊறிப்போன தமிழர்களின் இந்தி எதிர்ப்பு நீண்ட வரலாறு கொண்டது.

இன்றைய இந்தியின் தாய்மொழியான சமஸ்கிருதம் என்னும் வடமொழி தமிழ் மீது ஆதிக்கம் செலுத்தவும், அடிமைப் படுத்தவும் பலமுனைகளில் இவ்வாறு முயன்று தோல்வியையே தழுவியுள்ளது.

1945ஆம் ஆண்டின் தொடக்கத்தில் திராவிடர் கழகத்தின் உறுப்பினர் எண்ணிக்கை 24 ஆயிரத்து 302 ஆக இருந்தது. அடுத்த ஆறேழு மாதங்களில் 33 ஆயிரத்து 867 ஆக அதிகரித்தது.

பெயர் மாற்றத்துக்குப் பிந்தைய பண்பு மாற்றத்துக்கு தமிழக மக்களிடம் இருந்த வரவேற்பைத் தான் இந்த எண்ணிக்கை காண்பித்தது.

திராவிடர் கழகத்தின் சார்பில் மாணவர்கள், இளைஞர்கள் நடத்திய மாநாடுகளில் எல்லாம் பாவேந்தர் பாரதிதாசனும் ஆர்வமாகப் பங்கெடுத்துக் கொண்டார்.

கலை இலக்கிய வெளியில் திராவிடர் கழகம் தனித் தமிழ் இயக்கத்தையும் தமிழிசை இயக்கத்தையும் முன்னெடுத்தது.

சேலம் தீர்மானம் தமிழக அரசியல் வரலாற்றில் ஒரு முக்கிய திருப்புமுனை என்றால் அது மிகையில்லை. தமிழ்நாட்டின் சமூக தளத்திலும் அரசியல் தளத்திலும் பல தலைகீழ் மாற்றங்களுக்கு வித்திட்ட ஒன்றாக அமைந்தது.

1939ஆம் ஆண்டு முதல் 1945 ஆம் ஆண்டு வரை இரண்டாம் உலகப்போர் நடைபெற்றது என்றால், 1937 ஆம் ஆண்டு முதல் 1946 ஆம் ஆண்டு வரையில் பெரியாரின் பிடியில் வந்த நீதிக்கட்சி சென்னை மாகாணத்தில் புதிய போராட்டத்துக்கு அடித்தளம் அமைத்தது.

1937 ஆம் ஆண்டு நடைபெற்ற சுயாட்சித் தேர்தலுக்கு பிறகு இரண்டாம் உலகப்போர் தொடங்கியதால் அந்த அரசாங்கமே தொடர்ந்து நீடித்தது. போர் முடிந்த நிலையில் 1946 ஆம் ஆண்டு சென்னை மாகாண சட்டமன்றத்துக்கு தேர்தல் நடைபெற்றது.

அந்தத் தேர்தலில் திராவிடர் கழகம் போட்டியிடவில்லை. காங்கிரஸ் கட்சியும், முஸ்லிம் லீக்கும், 1934 முதல் 1942ஆம் ஆண்டு வரை தடை செய்யப்பட்டிருந்த இந்திய கம்யூனிஸ்ட் கட்சியும் போட்டியிட்டன.

தமிழ்ச் சமூகத்தின் மாற்றங்களுக்கு இளைஞர்கள் எப்படி முன்சக்தியாக இருந்தார்கள் என்பதுதான் இந்த வரலாற்றின் மிக முக்கியமானது. அதுவே இங்கு நினைவுகூரத் தக்கதும் ஆகும்.

04

திராவிட முன்னேற்றக் கழகம்

சுயமரியாதை, பகுத்தறிவு, திராவிட இனஉணர்வு என்று புரட்சிகரமான சிந்தனை வளத்தோடு, லட்சியப்பிடிப்போடு சீறும் புயலாகப் புறப்பட்டுப் பாய்ந்து வந்தது திராவிடர் கழகம். நிறைய இளைஞர்களையும், மாணவர்களையும் துரிதகதியில் ஈர்த்து வெற்றிப் பாதையில் வேகமாகப் பயணித்துக் கொண்டிருந்தது.

இந்நிலையில் ஒரு தவிர்க்க முடியாத கருத்து வேறுபாடு இயக்கத்திற்குள் ஏற்பட்டு விட்டது.

1949ஆம் ஆண்டு ஜூலை மாதம் 9ஆம் தேதி அன்று தந்தை பெரியார் என்று அழைக்கப்படும் ஈ.வே.ராவுக்கும் மணியம்மைக் கும் பதிவுத் திருமணம் நடைபெற்றது.

அண்ணாவும், மற்றவர்களும் இத் திருமணத்தைக் கசப்பு மருந்தாக நினைத்து உட்கொள்ள மறுத்துவிட்டனர். எனவே பெரியாருடன் பிணக்கு கொள்வதற்கு இது ஒரு முக்கியக் காரணமாக வந்து நின்றது.

ஆனால் இன்னுமொரு முக்கியக் காரணமும் இருந்தது என்பது மறுக்க முடியாத ஒன்று.

அதாவது ஜனநாயக நாட்டில் நடைபெறும் தேர்தல்களில் பங்கேற்பதன் மூலமே லட்சியங்களை அடைய முடியும் என்பதும் மற்றொரு காரணமாக இருந்தது.

தேர்தலில் பங்கேற்று ஆட்சி அதிகாரத்தைக் கைப்பற்றும் பாதையில் தந்தை பெரியாருக்கு உடன்பாடு கிடையாது. சமூக சீர்திருத்தப் பணியைத் தொடர்வதற்குத் தேர்தல் தடையாக இருக்கும் என்று கருதினார்.

எனவேதான் திராவிடர் கழகத்தை அரசியல் கட்சியாக மாற்றாமல் இயக்கமாகவே தொடர அவர் விரும்பினார்.

ஆனால் அரசியல் கட்சியாக மாறி தேர்தலில் வெற்றிபெற்று ஆட்சி அதிகாரத்தைக் கைப்பற்றுவதன் வாயிலாக நிறைய சாதிக்க முடியும் என்று அண்ணாவும், அவரது ஆதரவாளர்களும் நம்பினர்.

பெரியாருடன் அண்ணாவுக்கும் இன்னும் ஒரு கருத்து முரண்பாடும் இருந்தது. ஆங்கிலேய ஆட்சியின் மீது இருவருக்கும் இடையே மாறுபட்ட கண்ணோட்டம் இருந்தது.

'திராவிட நாடு' என்னும் கோரிக்கையை ஆங்கிலேய அரசு ஏற்கவில்லை. இதனால் 1947ஆம் ஆண்டு ஆகஸ்ட் மாதம் 15ஆம் தேதி அன்று இந்தியாவிற்கு விடுதலை வழங்கிய நாளைத் 'துக்க தினம்' என்று அறிவித்தார் பெரியார். நாட்டிற்கு சுதந்திரம் வழங்கப்பட்டால் காங்கிரஸ் கட்சியிடம்தான் அதிகாரம் ஒப்படைக்கப்படும். ஆனால் காங்கிரஸ் கட்சி அப்போது பிராமண ஆதிக்கத்தின் கீழ் இருந்ததால் அதை அவர் விரும்ப வில்லை.

இது ஒரு நியாயமான காரணமாக இருந்தபோதிலும் 200 ஆண்டுகள் விடுதலைப் போராட்டத்திற்குப் பிறகு ஆங்கிலேயர் களிடம் இருந்து சுதந்திரம் கிடைக்கும் நாளை மகிழ்ச்சியோடும் உற்சாகத்தோடும் கொண்டாட வேண்டும் என்பதில் அண்ணா தெளிவாக இருந்தார்.

காங்கிரஸ் எதிர்ப்பு என்பது நாட்டின் விடுதலைக்கான எதிர்ப்பாக மாறிவிடக் கூடாது என்பது அண்ணாவின் கருத்தாக இருந்தது.

காலனிய சுரண்டலை மையமாகக் கொண்டது என்ற போதிலும் பிராமண ஆதிக்கத்திற்கு அதிக முன்னுரிமை அளித்தது என்பதால்தான் ஆங்கிலேய ஆட்சியை அண்ணா கடுமையாக எதிர்த்தார் என்பது இங்கே குறிப்பிடத்தக்கது

பிராமணர் ஆதிக்கம் சமுதாயத்தில் வலுப்பெறுவதற்கு ஆங்கிலேய ஆட்சி ஊக்கமளித்தது என்கிற அடிப்படையில் விமர்சனங்களைத் தனது பேச்சு மற்றும் எழுத்துக்களின் மூலம் முன்வைத்தார் அண்ணா.

'ஆரிய மாயை' என்னும் தனது நூலில் ஆங்கிலேய ஆட்சி வந்த பிறகு அரசு அதிகாரிகளாகவும், நீதிபதிகளாகவும், வழக்குரைஞர்களாகவும் பிராமணர்கள் நியமிக்கப்பட்டனர் எனவும், சம்ஸ்கிருத நியதிகள், சட்டங்கள் ஏற்றம் பெற்றதையும் விளக்கியுள்ளார்.

ஆங்கிலேய அரசு, நிர்வாகத்தில் பிராமணர் ஆதிக்கம் வளர ஊக்கமளித்தது என்ற அண்ணாவின் கருத்தில் உண்மை இருந்தது என்பது மறுக்க முடியாதது.

1950களில் மேடையில் முழங்கும் அறிஞர் அண்ணா. மேடையில் நாவலர் நெடுஞ்செழியன், கலைஞர் கருணாநிதி, கோவிந்தசாமி, என்.பி.நடராஜன் ஆகியோர்.

அறிஞர் அண்ணா, செழியன், கலைஞர், எஸ்.எஸ்.ஆர்.

ஆங்கிலேய ஆட்சி இரட்டை வேடம் மேற்கொண்டது. ஒருபுறம் பிராமணர்களை அரசு நிர்வாகத்தில் அதிக அளவில் கொண்டு வர முனைப்பு காட்டியது. மறுபுறம் பிராமண ஆதிக்கத்திற்கு எதிராக பிராமணரல்லாதோர் இயக்கம் உருவான போதும், நீதிக்கட்சி ஆட்சிக்கு வந்த போதும் அவர்களுக்கு ஆக்கமும் ஊக்கமும் அளித்தது.

ஆங்கிலேய ஆட்சியின் பிராமண ஆதரவுப் போக்கினைக் காரணம் காட்டி அண்ணா ஆங்கிலேய ஆட்சி எதிர்ப்பு நிலை எடுத்தார்.

இவ்வாறு சில கருத்து முரண்பாடுகள் இருந்த நிலையில் பெரியார் மணியம்மையைத் திருமணம் செய்து கொண்டதே முக்கிய கருத்து வேற்றுமையாக முன்வைக்கப்பட்டது.

திராவிடர் கழகத்தின் முக்கியத் தலைவர்கள் பலரும், மக்களும் கூட அண்ணாவின் கருத்துக்கே ஆதரவான நிலைப் பாட்டை எடுத்தார்கள்.

1949ஆம் ஆண்டு செப்டம்பர் மாதம் 17ஆம் தேதி 7, பவளக்காரத் தெரு, ஜார்ஜ் டவுன், சென்னையில் அண்ணா தலைமையில் முக்கியத் தலைவர்கள் ஒன்றுகூடி விவாதித்தனர்.

திராவிடர் கழகத்தில் இருந்து பிரிந்துவிடுவது என்ற முடிவு அப்போது எடுக்கப்பட்டது.

'திராவிட முன்னேற்றக் கழகம்' உருவாயிற்று.

செப்டம்பர் 18ஆம் தேதி அன்று சென்னை ராயபுரத்தில் உள்ள ராபின்சன் பூங்காவில் திமுக என்னும் புதிய கட்சி உருவாவதற்கான காரண காரியத்தை மக்களுக்கும், ஆதரவாளர் களுக்கும் விளக்குவதற்கான மிகப் பெரிய பேரணி நடைபெற்றது.

அதில் அறிஞர் அண்ணா அழுத்தமான, அனைவரும் புரிந்து கொள்ளத்தக்க வகையில் உரை நிகழ்த்தினார். அந்த உரையின் சில பகுதிகளை இங்கே பதிவு செய்வது சரியாக இருக்கும்.

'மழை பலமாகப் பெய்து கொண்டிருக்கிறது. பலர் பேச வேண்டும். சங்கடமான நிலைதான். விடாது மழை பெய்கிறது. அளவற்ற கூட்டம். தாய்மார்கள் தவிக்கின்றனர். மழையில் நின்று கொண்டே இருக்கிறீர்கள். சங்கடம்தான்; ஆனாலும் சமாளிக் கிறீர்கள்.

இதுபோன்ற நிலையில்தான் நாட்டிலே சில காலம் கழகப் பணிகள் செயலற்றுக் கிடந்தன. சங்கடமான நிலை ஏற்பட்டது. சரி செய்தோம்.

பெரியார் திருமணம் என்ற செய்தி கேட்டதும் அழுதவன் நான். ஆயாசம் கொண்டவன் நான். அதுமட்டுமல்ல, ஒதுங்கி விடலாம் என்ற எண்ணத்தை, கருத்தைத் தெரிவித்தேன். என் போன்ற பல தோழர்கள் பெரியாரின் திருமண ஏற்பாட்டை ஏற்கவில்லை. கண்டித்தனர். கதறினர். வேண்டாம் என்றனர் வேதனை உள்ளத்தோடு.

அவரோடு சேர்ந்து பணிபுரிய முடியாத பெரும்பான்மையி னர், கழக முக்கியஸ்தர்கள் கூடிப் பேசி ஒரு முடிவு செய்தனர். அந்த முடிவுதான் திராவிட முன்னேற்றக் கழகத் தோற்றம்.

இது போட்டிக் கழகமல்ல.

திராவிட முன்னேற்றக் கழகம் தோன்றிவிட்டது.

ஆனால் அது திராவிடக் கழகத்திற்குப் போட்டியாக அல்ல. அதே கொள்கைப் பாதையில்தான், திராவிடர் கழகத்தின் அடிப்படைக் கொள்கைகளின் மீதுதான் திராவிட முன்னேற்றக் கழகம் அமைக்கப்பட்டுள்ளது.

அடிப்படைக் கொள்கைகளில், கருத்துகளில் மாறுதல், மோதல் எதுவும் கிடையாது. சமுதாயத் துறையிலே சீர்திருத்தம், பொருளாதாரத் துறையிலே சமதர்மக் கொள்கை, அரசியலில் வடநாட்டு ஏகாதிபத்தியத்தினின்று விடுதலை ஆகிய கொள்கைகள்தான் திராவிட முன்னேற்றக் கழகத்தின் கோட்பாடுகளாகும்.

நம்மை மதியாத, இகழ்ந்த, தூற்றலுடன் துச்சமென மதித்த தலைவரின் தலைமையை விட்டு வெளியேறித் தனிக்குடித்தனம், தனி முகாம், தனிக் கட்சி, திராவிட முன்னேற்றக் கழகம் அமைத்திருக்கிறோம்.

நாம் உழைத்து உருவாக்குவோம் இந்தக் கழகத்தை.

இத்தனை ஆண்டுகளிலும் நான் அறிந்த தலைவர், தெரிந்த தலைவர், பார்த்த தலைவர், இவர் ஒருவர்தான். வேறு தலைவரின் தலைமையில் நான் வேலை செய்தது கிடையாது. செய்யவும் மனம் வந்ததில்லை. அதே காரணத்தால்தான் திராவிட முன்னேற்றக் கழகத்திற்கு தலைவரை ஏற்படுத்தவில்லை. அவசியம் என்றும் கருதவில்லை.

இதயபூர்வமான தலைவர், இதயத்திலே குடியேறிய தலைவர், நமக்கெல்லாம் அவ்வப்போது நல்வழி காட்டிய பெரியார் அமர்ந்த பீடத்தை, தலைவர் பதவியை, நாற்காலியை காலியாகவே வைத்திருக்கிறோம். அந்த பீடத்திலே, நாற்காலியிலே வேறு ஆட்களை அமர்த்தவோ அல்லது நாங்களோ அல்லது நானோ அமரவோ விரும்பவில்லை.

திராவிடர் கழகமாகட்டும், திராவிட முன்னேற்றக் கழகமாகட்டும் படைவரிசை வேறு என்றாலும் கொள்கை ஒன்றுதான். கோட்பாடு ஒன்றுதான். திட்டமும் வேறு அல்ல என்ற நிலை இருந்தே தீரும். படைவரிசை இரண்டுபட்டுவிட்டது என்று எக்காளமிடும் வைதீகபுரிக்கும், வடநாட்டு ஏகாதிபத்யத்துக்கும் சம்மட்டியாக விளங்க வேண்டும்.

இரு கழகங்களும் இரு திக்குகளிலிருந்தும் வட நாட்டு ஏகாதிபத்தியத்தை ஒழித்து, வைதீகக் காட்டை அழித்துச் சமதர்மப் பூங்காவை திராவிடத்தைச் செழிக்கச் செய்தல் வேண்டும். அதிலே எந்தக் கழகம் பூங்காவை அமைத்தாலும் அதில் பூக்கும் பூக்கள், காய்கள், கனிகள் திராவிடத்தின் எழுச்சியை, மலர்ச்சியைத்தான் குறிக்கும்.

இரு பூங்காக்களும் தேவை. ஒன்றோடொன்று பகைக்க

தேவையில்லை. அவசியமும் இல்லை. எது புஷ்பித்தாலும் மாலை யாகப் போவது திராவிடத்திற்குத்தான் என்ற எண்ணம் வேண்டும்.

திராவிட இயக்கம் நாடு முழுமைக்கும் பங்களிக்க வேண்டிய சித்தாந்தம்

பெரியார், அண்ணா பெயர்கள் மீண்டும் ஓங்கி ஒலிப்பதற்குக் காரணம் என்ன?

மழை பெய்து நின்று, கறுத்த வானம் வெளுத்திருப்பதைப் போல இன்று புதுக் கழகம் அமைத்து முன்னேற்ற வேகத்துடன் மோதல் இன்றிப் பணியாற்றப் புறப்பட்டுவிட்டனர். கொள்கை பரப்புவதே நமது முதல் பணி. பகைமை உணர்ச்சியை அடியோடு விட்டொழிக்க வேண்டும்.

நான் கேட்கிறேன் தோழர்களே, எது முக்கியம் நமக்கு? லட்சியமா, பெரியாரா? லட்சியம் தேவை, பெரியாரல்ல என்று முடிவு செய்தோம். பிரச்சனை முடிந்தது அத்தோடு. இதோ நம் கண் முன் வடநாட்டு ஏகாதிபத்தியம், மக்களைப் பாழ்படுத்தும் பாசிசம், பதுங்கிப் பாய நினைக்கும் பழமை இவைதான் ஒழிய வேண்டும்.

பழமையும், பாசிசமும் முறியடிக்கப்படும் வரை ஓயமாட்டோம். உழைப்போம். உருவான பலனைக் காண்போம்.

கல்லக்குடி போராட்டத்தில் கலைஞர்

போராட்டக் களத்தில் அறிஞர் அண்ணா

அப்போது பெரியார், 'பயல்கள் பரவாயில்லை. உருவான வேலைதான் செய்கிறார்கள்' என்று உள்ளம் மகிழும் நிலை வரத்தான் போகிறது.

முதல் வேலையாக எழுத்துரிமை, பேச்சுரிமை, எதையும் அடக்கும் சர்க்கார் போக்கை எதிர்த்துப் போரிட திராவிட முன்னேற்றக் கழக முன்னணிப்படை அமைய வேண்டும். அதில் பங்குகொள்ள சமதர்ம தோழர்களை வாருங்கள் என்று வரவேற்கி றேன். கம்யூனிஸ்டுகளை ஒத்துழையுங்கள் என்று கூப்பிடுகிறேன்.

பேச்சுரிமையைப் பறிக்காதே, எழுத்துரிமையைத் தடுக்காதே, புத்தகங்களைப் பறிமுதல் செய்யாதே என்று போரிடுவோம்!

பெரியாரே.... நீரளித்த பயிற்சி, பக்குவம் பெற்ற நாங்கள் உம் வழியே சர்க்காரை எதிர்த்து சிறைச்சாலை செல்லத்தான் வேண்டுகோள் விடுக்கிறோம். துவக்க நாளாகிய இன்றே' என்று அண்ணா தன் உரையை முடித்தார்.

அன்று தொடங்கி இன்று வரை தமிழக மக்களின் வலுவான மக்கள் இயக்கமாக நிற்கிறது திமுக.

திராவிட இன மக்களின் உரிமைகளை, தன்மான உணர்வு களை, தனித்தன்மையை, தன்னிகரற்ற சிறப்பினைப் பாதுகாத்திட வும், ஆதிக்கமற்ற சமுதாயத்தை அமைத்திடவும், 'மக்கள் குரலே மகேசன் குரல்' என்ற தத்துவத்தின் அடிப்படையில், நாடு வாழ, நலிவுகள் தீர இன்றளவும் முழுமையாகப் போராடிக் கொண்டிருக்கும் இயக்கம் தி.மு.க.

தி.மு.கழகத்தின் வரலாறு என்பது தமிழகத்தில் பகுத்தறிவு இயக்கத்தின், மறுமலர்ச்சி இயக்கத்தின் வரலாறாகும். தமிழ் மொழியையும், தமிழ்ப் பண்பாட்டையும் பாதுகாத்து மேம்படுத்தும் ஓர் அரசியல் இயக்கம் ஆகும்.

திமுகவைத் தவிர்த்து விட்டு தமிழக வரலாற்றைப் பேசவோ, எழுதவோ முடியாது என்ற நிலை காணப்படுவதே அதன் மிகப் பெரிய வெற்றியாகும்.

இருபதாம் நூற்றாண்டின் இணையற்ற தமிழர் எனப் போற்றப்படும் அறிஞர் அண்ணா மேட்டுக்குடியில் பிறக்கவில்லை. ஆனால், மொழிப் புலமையும் நாவன்மையும் பெற்றிருந்தார். சங்கீதம் கேட்பதைப் போலவும், குற்றால அருவியைப் போல சரளமாகவும் ஆனந்தமாகவும் பேசும் வல்லமை பெற்றவராகத் திகழ்ந்தார்.

அவரது கொஞ்சும் தமிழ் படித்தவர்களை மட்டுமல்லாமல் பாமரர்களையும் மயக்கி காந்தம்போல அவரோடு ஒட்டிக் கொள்ளச் செய்தது என்பதே உண்மை.

தமிழ் மட்டுமல்லாமல் ஆங்கிலத்திலும் அபார அறிவும் புலமையும் பெற்றிருந்தார். பண்டைய தமிழ் நாகரீகத்தின் சிறப்பு மற்றும் தமிழ் மொழியின் தொன்மையை தமிழர்களுக்கும், உலக மக்களுக்கும் புரியவைத்தவர் அறிஞர் அண்ணா.

லட்சக்கணக்கான ஆண்களும், பெண்களும் அவரைப் பின் தொடர்ந்தனர்.

திரைப்படம், நாடகம், பத்திரிகை, மேடை ஆகியவற்றின் வழியாகச் சமுதாயத்தைத் தட்டி எழுப்பினார்.

அண்ணாவின் 'திராவிட நாடு', கலைஞரின் 'முரசொலி' ஆகிய ஏடுகள் மக்களிடத்திலும், கட்சித் தொண்டர்களிடத்திலும் புதிய விழிப்புணர்வையும், எழுச்சியையும் ஏற்படுத்தியது.

தி.மு.கவின் வாளாகவும் கேடயமாகவும் அவை வலம் வந்தன.

கழக உறுப்பினர்களிடையே தலைவர் மற்றும் தொண்டர் என்ற நிலையை மாற்றி அண்ணன் மற்றும் தம்பி என்ற பாசப்பிணைப்பு ஏற்படுத்தப்பட்டது.

திமுகவின் வேக வளர்ச்சி மதக் கோட்டைகளைத் தகர்த்து எறிந்தது.

ஏழைகள் மற்றும் பாட்டாளி மக்களின் பாதுகாப்பு அரணாக நிமிர்ந்து நின்றது.

பெரியாரை விட்டு விலகினாலும் அவரது லட்சியத்தை விட்டு விலகாமல் இருந்தது.

தி.கவும், தி.மு.கவும் இரட்டைக் குழல் துப்பாக்கியாக சமுதாய சீர்கேடுகளுக்கு எதிராகப் போராடின.

கடமை, கண்ணியம், கட்டுப்பாடு என்ற தாரக மந்திரத்தை வகுத்தார் அண்ணா. அதன் வழியில் கழகத்தின் லட்சியங்களை அடைய நியாயமான சட்டத்திற்குட்பட்ட நிலையில் போராட வேண்டும் என்ற உணர்வை வளர்த்தார்.

இதனால்தான் தி.மு.க. ஒரு மக்கள் இயக்கமாக மாறியது. பதினெட்டே ஆண்டுகளில் ஆட்சியைக் கைப்பற்றும் அளவுக்கு மாபெரும் வளர்ச்சிப் பெற்றது. உலகில் எந்த அரசியல் இயக்கமும் இத்தகைய வளர்ச்சியைப் பெற்றதில்லை என்னும் சாதனையை நிகழ்த்தியது.

வெறும் இயக்கமாக மட்டுமே இருக்காமல் அரசியல் கட்சியாக மாறி, தேர்தலில் பங்கேற்று சட்டமன்றத்திற்குள் சென்றால் மட்டுமே கழக லட்சியங்களை நிறைவேற்ற முடியும் என்று முழுமையாக நம்பினார் அண்ணா.

மக்களின் நலனைப் பேணும் பாதுகாவலனாக திமுக விளங்கியது. கழகம் தொடங்கிய ஐந்தாம் ஆண்டிலேயே 1953ஆம் ஆண்டு மும்முனைப் போராட்டம் நடத்தியது.

ராஜாஜியின் குலக்கல்வித் திட்டத்தை எதிர்த்து ஒரு முனையிலும், தமிழர்களை 'முட்டாள்கள்' என்று அவதூறு செய்த அப்போதைய பிரதமர் நேருவைக் கண்டித்து இரண்டாவது முனையிலும், டால்மியாபுரம் புகைவண்டி நிலையத்தின் பெயரை மாற்றிக் கல்லக்குடி என்று தமிழ்ப் பெயரிட வேண்டும் என்று மூன்றாவது முனையிலும் திமுக போர்க்களங்களை அமைத்தது.

கல்லக்குடியில் கலைஞர் தலைமையில் ஜூலை 15ஆம் தேதி அன்று மும்முனைப் போராட்டம் நடைபெற்றது. அதில் ஆறு உயிர்கள் பலியாகின. பலர் சித்ரவதைக்கு உள்ளாகினர். 5 ஆயிரம் பேர் வரை சிறையில் அடைக்கப்பட்டனர்.

கைத்தறி நெசவுத் தொழிலை ஊக்குவித்து, அத்தொழிலாளர் களின் துயர் துடைத்திட வேண்டும் என்ற கொள்கையை

அறிவித்தது திமுக. அதைத் தொடர்ந்து அறிஞர் அண்ணா, கலைஞர் உள்ளிட்ட கழகத்தின் மற்ற முன்னணித் தலைவர்கள் 1953ஆம் ஆண்டு கைத்தறித் துணிகளைத் தங்கள் தோளில் சுமந்து வீதிகளில் விற்று நிதி திரட்டினார்கள்.

மேலும் கழகத்தினர் அனைவரும் கைத்தறி ஆடைகளையே அணிய வேண்டும் என்றும் முடிவெடுக்கப்பட்டது.

தஞ்சையில் 1954ஆம் ஆண்டு ஏற்பட்ட புயல் வெள்ளத்தால் ஏராளமானோர் பாதிக்கப்பட்டனர். அவர்களின் கண்ணீரைத் துடைக்கக் கழகம் நிதியும், உடையும் வழங்கியது

1956ஆம் ஆண்டு திருச்சி திமுக மாநில மாநாட்டில் தேர்தலில் போட்டியிடும் தீர்மானத்தைக் கொண்டுவந்து வெற்றிகரமாக நிறைவேற்றினார்.

இதனைத் தொடர்ந்து 1957ஆம் ஆண்டு நடைபெற்ற சட்ட மன்றத் தேர்தலில் திமுக 15 இடங்களில் வெற்றி பெற்றது. இரண்டு நாடாளுமன்ற இடங்களையும் கைப்பற்றியது.

அண்ணா, கலைஞர், பேராசிரியர் உள்ளிட்ட முன்னணித் தலைவர்கள் வெற்றிவாகை சூடி முதல்முறையாக சட்ட மன்றத்திற்குச் சென்றனர்.

காங்கிரஸ் கட்சியின் அடித்தளத்தில் மெல்லிய கீறல் விழுந்தது. இது அவர்களுக்கு அதிர்ச்சியாகத்தான் இருந்தது.

1959ஆம் ஆண்டு சென்னை மாநகராட்சிக்குத் தேர்தல் நடைபெற்றது. நூறு பேர் கொண்ட சென்னை மாநகராட்சியில் 45 இடங்களை வென்று தனிப்பெரும் கட்சியாக உருவெடுத்தது திமுக.

அண்ணா உள்ளிட்டவர்களின் திராவிட நாடு கோரிக்கை கடந்த காலத்தில் முன்னெடுத்து வந்த பிராமண எதிர்ப்பின் வடிவமாக அமைந்தது.

விடுதலைக்குப் பிறகு வடக்கின் ஆதிக்கம், இந்தி ஆதிக்கம், எனப் பல கண்ணோட்டங்களை உள்ளடக்கியதாக திராவிட நாடு கோரிக்கை பிரச்சாரம் செய்யப்பட்டது.

1960ஆம் ஆண்டு செப்டம்பர் 17ஆம் நாளை ‘திராவிட நாடு பிரிவினை தின’மாக திமுக கடைப்பிடித்தது. அண்ணா உட்பட பலர் இந்தப் போராட்டத்தின்போது கைது செய்யப்பட்டனர்.

அண்ணா நாடாளுமன்ற மேலவையில் உறுப்பினராகத் தேர்ந்தெடுக்கப்பட்டு பேசிய அவரது முதல் உரையில் திராவிட நாடு கோரிக்கையை வலியுறுத்தினார்.

அதேநேரத்தில் 1962ஆம் ஆண்டு சீன ஆக்கிரமிப்பின்போது காங்கிரஸ் அரசுக்கு திமுக முழு ஆதரவு அளித்தது. மாநாடுகள் நடத்தி தேசிய பாதுகாப்புக்கு பெரும் நிதி திரட்டி அளித்த பெருமை திமுகவுக்கு மட்டுமே உண்டு.

அதிலும் குறிப்பாக கட்சியின் நலனைவிட நாட்டு நலனை முன்னிறுத்தி திராவிட நாடு பிரிவினைக் கோரிக்கையைக் கைவிடுவதாக அறிவித்தார் அண்ணா.

திமுகவின் தேசியப் பார்வையில் இது ஒரு திருப்புமுனை என்றால் அது மிகையல்ல.

1963 ஆம் ஆண்டு இந்திய அரசியல் அமைப்புச் சட்டத்தின் 16வது திருத்தத்தினை நாடாளுமன்றம் நிறைவேற்றி பிரிவினைப் போக்குகளைத் தடுக்கும் சட்டத்தினை அரசு கொண்டு வந்தது. இது முக்கியமாகத் திராவிட நாடு கோரிக்கையை எழுப்பிய திமுகவுக்கு எதிராகக் கொண்டு வரப்பட்ட சட்டம் என்று கருதலாம்.

சட்டத்தைப் பயன்படுத்தி மிரட்டி, பிரிவினை பிரச்சாரத்தையும் இயக்கங்களையும் மத்திய அரசு தடுக்க முனைந்தாலும் மாநில மக்களுக்கு அதிகாரங்கள் வழங்குவதை அவர்களால் தடுக்க இயலவில்லை. உரிய அதிகாரம் படைத்த மாநிலங்கள் என்ற ஜனநாயக எண்ணம் மொழிவாரி மாநில கோரிக்கை எழுந்த 1950களிலிருந்தே ஏற்பட்டது.

மொழிவாரி மாநிலங்கள் அமைய வேண்டுமென மாபெரும் மக்கள் இயக்கங்கள் நடைபெற்றன. இதில் கம்யூனிஸ்ட்டுகள் முக்கியப் பங்கு வகித்தனர்.

சென்னை மாகாணத்தில் இருந்து பிரிந்து, தெலுங்கு மொழி பேசும் மக்களுக்கு தனி மாநிலம் அமைக்க வேண்டுமென்று பொட்டி ஸ்ரீராமுலு 56 நாட்கள் உண்ணாவிரதம் இருந்து மரணமடைந்தார்.

நாடு முழுவதும் மொழிவாரி மாநிலங்கள் அமைய வேண்டு மென்ற கோரிக்கை எழுந்தது. அது பலமாக எழுந்த நிலையில் மத்திய அரசு அதனை ஏற்க வேண்டிய கட்டாயம் ஏற்பட்டது.

அன்று திமுக எழுப்பிய திராவிட நாடு கோரிக்கையில் பிரதேச முதலாளிகளுக்கு பெரிய ஆர்வம் ஏதுமில்லை என்றாலும் திமுகவின் வடக்கு ஆதிக்க எதிர்ப்பு என்பது அவர்களுக்கு இசைவான கருத்தாக இருந்தது.

இந்தியாவின் வடக்கு பிரதேசத்தை மையப்படுத்தி வளர்ந்து வரும் பெரிய முதலாளிகளின் ஆதிக்கத்தை எதிர்க்கும் கருவியாகத் திமுக எழுப்பிய வடக்கு ஆதிக்கம் என்ற கருத்தாக்கம் அவர்களுக்குப் பயன்பட்டது.

இதனால், பிரிவினை முழக்கத்தைக் கைவிட்டு மாநில சுயாட்சி என்ற கோரிக்கையுடன் திமுக தன்னை மாற்றிக் கொண்டது.

பெரியாரிடமிருந்து பிரிந்து, பெரியார் இயக்கத்தையும் தனிமைப்படுத்தும் விதமாக செயல்பட்டு, தமிழக மக்களின் மொழி, இன உரிமைகள் சார்ந்த பிரச்னைகளை எழுப்பி, மக்கள் ஆதரவினை திமுக பெற்றது.

1965ஆம் ஆண்டு மும்மொழித் திட்டத்தை அமல்படுத்திட அன்றைய முதல்வர் பக்தவச்சலம் தலைமையிலான காங்கிரஸ் அரசு முனைந்தது. அதனைக் கண்டித்து திமுக போராட்டம் நடத்தியது.

தமிழக முதல்வராக அறிஞர் அண்ணா பதவியேற்பு

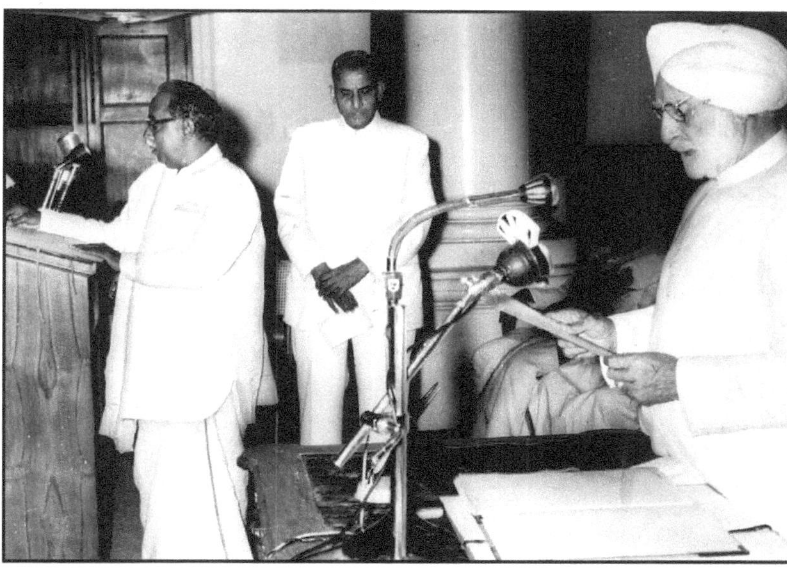

அறிஞர் அண்ணாவும் கலைஞர் கருணாநிதியும்

தமிழகம் முழுவதும் பற்றி எரிந்தது போராட்டக்களம். அரசும் போராட்டக்காரர்களை இரும்புக்கரம் கொண்டு அடக்கத் தொடங்கியது. அண்ணா உட்பட தலைவர்கள் பலரும் கைது செய்யப்பட்டு சிறையில் அடைக்கப்பட்டனர்.

இந்தி மொழி திணிப்பிற்கு எதிரான போக்கு தமிழக மக்களிடையே பரவலாக அதிகரித்துவிட்டது.

ஆக, திமுகவின் மீதான மக்களின் ஆதரவு பன்மடங்கு அதிகரித்தது.

1967ஆம் ஆண்டு நடைபெற்ற தேர்தலில் பிரமிக்கத்தக்க வகையில் திமுக பெரும்பான்மை இடங்களைக் கைப்பற்றி முதன்முதலாக தமிழக ஆட்சி அதிகாரத்தைக் கைப்பற்றியது.

அறிஞர் அண்ணா தமிழக முதல்வராகப் பதவியேற்றார்.

தமது அரசியல் குருவிடம் ஆசி பெறும் பொருட்டு திருச்சியில் இருந்த தந்தை பெரியாரை நேரில் சென்று சந்தித்து அவரது ஆசியைப் பெற்று ஆட்சியை நிர்வகித்தார் அண்ணா.

'சென்னை மாகாணம்' என்ற பெயரை 'தமிழ்நாடு' என்று பெயர் மாற்றம் செய்து தமிழின் மீதான தனது பற்றையும் பாசத்தையும் முதலில் உறுதிப்படுத்தியது அண்ணா தலைமையிலான திமுக அரசு.

அடுத்து சுயமரியாதை திருமணத்திற்கு சட்ட ஒப்புதல் வழங்கப்பட்டது.

மும்மொழித் திட்டத்தை நீக்கி தமிழ் மற்றும் ஆங்கிலம் ஆகிய இருமொழிகளுக்கு இடமளிக்கும் சட்டம் இயற்றப்பட்டது. தமிழகப் பள்ளிகளில் இருந்து இந்தி மொழி அறவே நீக்கப் பட்டது.

தமிழ் மொழி ஆட்சி மொழியாக்கப்பட்டது.

இரண்டாவது உலகத் தமிழ் மாநாடு 1969ஆம் ஆண்டு சிறப்பாக நடத்தப்பட்டது.

சென்னை மற்றும் கோவை ஆகிய பெரு நகரங்களில் ரூபாய்க்கு ஒரு படி அரிசி திட்டம் செயல்படுத்தப்பட்டது.

ஏழைகளுக்கு எளிதில் தீப்பிடிக்காத கல்நார் கூரையுடன் கூடிய வீடுகள் வழங்கப்பட்டன.

பேருந்துகள் அரசுடைமை ஆக்கப்பட்டன.

அரசுப் பேருந்துகளில் திருக்குறள் இடம்பெற்றது.

இரண்டாண்டுக் காலம்கூட அண்ணா ஆட்சி செய்திட முடியாமல் இயற்கை சோதனை செய்தது.

புற்றுநோய் பாதிப்பு காரணமாகத் தீவிர சிகிச்சை அளித்தும் பலனளிக்காமல் 1969ஆம் ஆண்டு பிப்ரவரி மாதம் 3ஆம் நாளன்று அண்ணா காலமானார்.

05

கலைஞர் ஆட்சி

அண்ணாவின் மறைவிற்குப் பிறகு 1969ஆம் ஆண்டு பிப்ரவரி மாதம் 10ஆம் தேதி அன்று தமிழக முதல்வராக கலைஞர் பதவியேற்றார்.

கழகத்தின் கொள்கைகளைக் கட்டிக் காப்பாற்றி மக்களுக்கு பல்வேறு நன்மைகளைச் செய்தவர் கலைஞர்.

கல்வி, சுகாதாரம், உற்பத்தி, கணினி, தொழில், வணிகம் என்று பல்வேறு துறை களுக்கும் அநேக நன்மைகளைச் செய்தார். அத்துடன் ஏழைகள், பாமரர்கள், தொழிலாளி கள், பிற்படுத்தப்பட்டோர், தாழ்த்தப் பட்டோர் என்று அனைத்துப் பிரிவினருக்கும் நிறைய சலுகைகளை வாரிவழங்கிய வள்ளல் கலைஞர்.

கலைஞர் ஆட்சியில் செய்த சாதனை களைப் பட்டியலிட்டால் பிரமித்துப் போய் விடுவோம்.

பார்க்கலாம்.

1. அரசு போக்குவரத்து துறை என்பது உருவாக்கப்பட்டது.
2. பேருந்து போக்குவரத்து தேசியமயமாக்கல்.
3. மின்சாரம் அனைத்து கிராமங்களுக்கும் செல்ல வழித்தடம் அமைத்தல்.
4. 1,500 பேரைக் கொண்ட கிராமங்களுக்கும் சாலை வழித்தடம் அமைத்தல்.
5. தமிழ்நாடு குடிசை மாற்று வாரியம் அமைக்கப்பட்டது.
6. குடிநீர் வடிகால் வாரியம் அமைத்தல்.
7. இலவச கண்ணொளித் திட்டம்.
8. பிச்சைகாரர்கள் மறுவாழ்வு இல்லம்.
9. கை ரிக்ஷா ஒழித்து இலவச சைக்கிள் ரிக்ஷா வழங்கல்.
10. இலவச கான்கிரீட் வீடுகளை ஒடுக்கப்பட்டோருக்கு வழங்கும் திட்டம்.
11. வாடகை நிர்ணயம் போன்றவற்றிற்காகக் குடியிருப்புச் சட்டம் வகுத்தல்.
12. இந்தியாவிலே முதன் முதலில் காவல் துறை ஆணையம் அமைத்தல்.
13. பிற்படுத்தப்பட்டோர் மற்றும் தாழ்த்தப்பட்டோருக்கென தனித் துறை அமைத்தல்.
14. அரசியலமைப்பில் பிற்படுத்தப்பட்டோருக்கான அமைப்பு ஏற்படுத்தப்பட்டது.
15. அரசியலமைப்பில் இட ஒதுக்கீடு பிற்பட்டோருக்கு 31 சதவீதமும், தாழ்த்தப்பட்டோருக்கு 18 சதவீதமும் ஆக உயர்த்தப்பட்டது.
16. பிளஸ் 2 வரை இலவசக்கல்வி.
17. தொழிலாளர் தினமான மே ஒன்றாம் தேதி சம்பளத்துடன் கூடிய பொது விடுமுறை நாளாய் அறிவித்தல்.
18. வாழ்ந்த மனிதரான நபிகள் நாயகத்தின் பிறந்த நாளை விடுமுறை நாளாய் அறிவித்தல்.

19. கோவையில் முதல் விவசாயக் கல்லூரி அமைத்தல்.
20. அரசு ஊழியர்கள் குடும்ப நலத் திட்டம் அறிவித்தல்.
21. அரசு ஊழியர்கள் மேலான ரகசிய அறிக்கை முறையை ஒழித்தல்.
22. மீனவர்களுக்கு இலவச வீடு வழங்கும் திட்டம்.
23. கோயில்களில் குழந்தைகளுக்கான 'கருணை இல்லம்' அமைத்தல்.
24. சேலம் இரும்புத் தொழிற்சாலை அமைத்தல்.
25. நில விற்பனை வரையறை சட்டம்.
26. நெய்வேலியில் இரண்டாம் அலகு நிலக்கரி மின்உற்பத்தி ஏற்படுத்துதல்.
27. தூத்துக்குடியில் பெட்ரோல் மற்றும் இரசாயனத் தொழிற்சாலை.
28. சிட்கோ உருவாக்கம்.
29. சிப்காட் உருவாக்கம்.
30. உருது பேசும் இஸ்லாமியர்களையும் பிற்படுத்தப் பட்டோர் பட்டியலில் சேர்த்தல்.
31. பயனற்ற நிலத்தின் மீதான வரி நீக்கம்.
32. மனு நீதித் திட்டம்.
33. பூம்புகார் கப்பல் நிறுவனம்.
34. பசுமைப் புரட்சித் திட்டம்.
35. கொங்கு வேளாளர் இனத்தை பிற்படுத்தப்பட்டோரில் இணைத்தல்.
36. மிக பிறப்படுத்தப்பட்டோரில் வன்னியர், சீர் மரபினரைச் சேர்த்தல்.
37. மிக பிற்படுத்தப்பட்டோருக்கு 20 சதவீதம் தனி இட ஒதுக்கீடு வழங்கல்.
38. அருந்ததியின மக்களுக்கு தனி இட ஒதுக்கீடு.
39. பழங்குடியினருக்கு ஒரு சதவீதம் தனி இட ஒதுக்கீடு.

40. மிகப் பிற்படுத்தப்பட்டோருக்கு இலவசக் கல்வி.
41. வருமான உச்ச வரம்புக்கு கீழ் உள்ள பிற்படுத்தப்பட்டவர்களுக்கு பட்டப்படிப்பு வரை இலவசக் கல்வி.
42. தாழ்த்தப்பட்டோருக்கு இலவசக் கல்வி.
43. இந்தியாவிலே முதன் முறையாக விவசாயத்திற்கு இலவச மின்சாரம்.
44. சொத்தில் பெண்ணுக்கு சம உரிமை என்னும் சட்டம்.
45. அரசு வேலை வாய்ப்புகளில் பெண்களுக்கு 30 சதவீதம் இடஒதுக்கீடு.
46. ஆசியாவிலே முதன்முறையாக கால்நடை மற்றும் விலங்குகள் அறிவியல் பல்கலைக் கழகம்.
47. ஏழைப் பெண்களுக்கு திருமண நிதி உதவித் திட்டம்.
48. விதவைப் பெண்கள் மறுமண நிதி உதவித் திட்டம்.
49. நேரடி நெல் கொள்முதல் மையம் அமைத்தல்.
50. நெல் கொள்முதலில் ஊக்கத்தொகை மற்றும் விலை ஏற்றம் செய்தல்.

51. தமிழ்நாடு நுகர் பொருள் வாணிபக் கழகம் அமைத்தல்.

52. கர்ப்பிணிப் பெண்களுக்கு நிதி உதவித் திட்டம்.

53. பெண்கள் சுய உதவிக் குழுக்கள் அமைத்தல்.

54. மனோன்மணியம் சுந்தரனார் பல்கலைக் கழகம் அமைத்தல்.

55. பாவேந்தர் பாரதிதாசன் பல்கலைகழகம் அமைத்தல்.

56. டாக்டர் எம்ஜிஆர் மருத்துவக் கல்லூரி அமைத்தல்.

57. காவிரி நடுவர்மன்றம் அமைதற்கு முக்கியக் காரணகர்த்தா.

58. உள்ளாட்சி மற்றும் கூட்டுறவு தேர்தல் அறிமுகம்.

59. உள்ளாட்சிப் பதவிகளில் 33 சதவீதம் பெண்களுக்கு இடஒதுக்கீடு.

60. இரு பெண் மேயரில் ஒருவர் தாழ்த்தப்பட்ட இனத்திலிருந்து தேர்வு செய்தல்.

61. மெட்ராஸ் என்னும் பெயர் சென்னை என்று மாற்றம்.

62. முதல் தடவை விதவை பெண்களுக்கும் பொறியியல் மற்றும் மருத்துவ கல்லூரியில் இடமளித்தல்.

63. தொழிற்சாலைகளுக்கான வெளிப்படைக் கொள்கை.

64. முதல் தடவை விதவைப் பெண்கள் தொழில் தொடங்க உதவி.

65. கான்கிரீட் சாலை அமைத்தல்.

66. தொழிற்முறை கல்வியில் கிராமப்புற மாணவர்களுக்கு 15 சதவீதம் இடஒதுக்கீடு செய்தல்.

67. குமரியில் ஐயன் திருவள்ளுவருக்குச் சிலை நிறுவுதல்.

68. தமிழுக்கு செம்மொழி அங்கீகாரம் பெற்றுத் தரல்.

69. செம்மொழி மாநாடு நடத்தி சாதனை.

70. சத்துணவில் கொண்டைக்கடலை, வாழைப்பழம் சேர்த்து வழங்கல்.

71. பால் விலை, பேருந்து கட்டணம், மின்சாரக் கட்டணம் உயர்த்தாத ஆட்சி.

72. விவசாயக்கடனை அறவே தள்ளுபடி செய்தல்.

73. நியாய விலைக் கடைகளில் மளிகைப் பொருட்கள் வழங்க ஏற்பாடு.

74. ஈழத் தமிழருக்காக இருமுறை ஆட்சி துறப்பு.

75. உப்பு வாரியம் அமைத்தல்.

76. தேயிலை வாரியம் அமைத்தல்.

76. சமத்துவபுரம்.

77. உழவர் சந்தை.

78. டைடல் பார்க், எல்காட் ஐடி செஸ் பார்க்குகள் அமைத்தல்.

79. தமிழகத்தில் தொழில் புரட்சியும், கணிணிப் புரட்சியும் கொண்டுவந்து சாதனை.

80. தொல்காப்பியர் பூங்கா, செம்மொழிப் பூங்காக்கள் அமைத்தல்.

81. சமச்சீர் கல்வி கொண்டு வந்து சாதனை.

82. சென்னை அண்ணா மேம்பாலம், கோவை அடுக்கு மேம்பாலம், நெல்லை ஈரடுக்கு மேம்பாலம் போன்று பல மேம்பாலங்கள் கட்டி சாதனை.!

83. ஆசியாவிலேயே மிகப் பெரிய பேருந்து நிலையமான கோயம்பேடு பேருந்து நிலையம் கட்டி சாதனை.

84. திராவிடக் கலைநுணுக்கத்தோடு புதிய தலைமைச் செயலகம் கட்டியது.

85. வடக்கு வாழ்கிறது, தெற்கு தேய்கிறது என்ற நிலையை மாற்றி மத்திய அமைச்சரவையில் தமிழகத்திற்கு அமைச்சர் பதவிகள்.

86. சென்னைக்கு அருகில் பன்னாட்டுத் தரம் வாய்ந்த கடல்சார் தேசிய பல்கலைக் கழகம் நிறுவுதல்.

87. திருவாரூரில் மத்தியப் பல்கலைக் கழகம்.

88. கோவையில் உலகத் தரத்திலான மத்தியப் பல்கலைக் கழகம்.

89. திருச்சியில் இந்திய மேலாண்மைக் கல்வி நிறுவனம்.

90. ஆசியாவிலேயே முதலாவதாக சென்னைக்கு அருகில் ஒன்றுக்கு மேற்பட்ட உடல் ஊனமுற்றோருக்கான தேசிய நிறுவனம்.

91. சென்னையில் மத்திய அதிரடிப்படை மையம் (என்.எஸ்.ஜி.)

கலைஞருடன் பேராசிரியர்

92. திருச்சியில் தேசிய சட்டக் கல்லூரி.

93. தாம்பரத்தில் தேசிய சித்த மருத்துவ ஆய்வு மையம்.

94. ஓரகடத்தில் 470 கோடி ரூபாய் முதலீட்டில் மத்திய அரசின் தேசிய மோட்டார் வாகனச் சோதனை மற்றும் ஆராய்ச்சி மையம்.

95. கிண்டி கத்திப்பாரா, கோயம்பேடு, பாடி போன்ற இடங்களில் மிகப் பெரிய மேம்பாலங்கள், துறைமுக விரிவாக்கப் பணிகள், சரக்குப் பெட்டக முனையங்கள், நீர்வழிப் போக்குவரத்து வசதிகள்.

96. சேலத்தில் புதிய இரயில்வே மண்டலம்.

97. 120 கோடி ரூபாய்ச் செலவில் சேலம் அரசினர் மோகன் குமாரமங்கலம் மருத்துவமனை 'சூப்பர் ஸ்பெஷாலிட்டி' மருத்துவமனையாக மேம்படுத்துதல்.

98. கரூர், ஈரோடு மற்றும் சேலம் ஆகிய மூன்று இடங்களில் சுமார் நானூறு கோடி ரூபாய் மதிப்பீட்டில் உயர்தொழில்நுட்ப ஜவுளி பூங்கா.

99. 1,650 கோடி ரூபாய்ச் செலவில் சென்னை துறைமுகம் மதுரவாயல் இடையே பறக்கும் சாலைக்கான துவக்கம்.

100. 2,427 கோடி ரூபாய்ச் செலவில் சேது சமுத்திரத் திட்டப்பணிகள் தொடக்கம்.

101. 908 கோடி ரூபாய்ச் செலவில் நெம்மேலியில் கடல்நீரைக் குடிநீராக்கும் திட்டம்.

102. தமிழகத்திலுள்ள மீட்டர் கேஜ் இரயில் பாதைகள் அனைத்தும் அகல இரயில் பாதைகளாக மாற்றிட அனுமதி.

103. 1,828 கோடி ரூபாய் செலவில் 90 இரயில்வே மேம்பாலங்கள் கட்டுவதற்கு அனுமதி.

104. சென்னை மாநகரில் மெட்ரோ இரயில் திட்டம்.

105. ஒகேனக்கல் கூட்டுக் குடிநீர்த் திட்டம்.

106. சென்னை, திருச்சி, கோவை, மதுரை விமான நிலையங்கள் விரிவாக்கம்.

107. 1,553 கோடி ரூபாய்ச் செலவில் சேலம் உருட்டாலை சர்வதேச அளவுக்கு உயர்த்தப்பட்டு, புதிய குளிர் உருட்டாலை உருவாக்கம்.

கலைஞருடன் அவரது துணைவியாரும், தளபதியும்

108. கப்பல் மற்றும் நெடுஞ்சாலைத் துறை மூலம் 56 ஆயிரத்து 664 கோடியே 21 இலட்சம் ரூபாய் செலவில், 4,676 கிலோ மீட்டர் நீள தேசிய நெடுஞ் சாலைகளில், 3,276 கிலோ மீட்டர் சாலைகள், நான்கு வழிச் சாலைகளாக மேம்படுத்துதல்..

109. நெசவாளர் சமுதாயத்தினர் பெரும்பயன் எய்திட சென்வாட் வரி நீக்கம்.

110. இந்தியா முழுவதும் விவசாயிகள் கூட்டுறவு அமைப்புகள் வங்கியில் பெற்றிருந்த 72 ஆயிரம் கோடி ரூபாய் மதிப்பிலான கடனும் வட்டியும் மத்திய அரசால் தள்ளுபடி செய்யப்படுவதற்குக் காரணமாக இருத்தல்..

111. இந்தியா முழுவதும் மாணவர்களுக்கு பல நூறு கோடி ரூபாய் கல்விக் கடன்.

112. மாவட்டத்துக்கு ஒரு மருத்துவக் கல்லூரி என்ற திட்டத்தை கொண்டுவந்து, பல மாவட்டங்களில் புதிய மருத்துவக் கல்லூரிகளை அமைத்தல்.

113. 42 அணைகள் கட்டி சாதனை.

114. கோவைக்கு குடிநீர் வழங்கும் சிறுவாணி திட்டத்தை 1973ஆம் ஆண்டு துவக்கி வைத்தல்.

115. அத்திக்கடவு அவிநாசி குடிநீர் முதல் பகுதியான கோவைக்கு குடிநீர் வழங்கும் 'பவானி அத்திக்கடவு திட்டம்' செயல்படுத்துதல்.

116. சென்னையில் கோயம்பேடு காய் கனி அங்காடி, சென்னை மருத்துவக் கல்லூரி கட்டிடம், நாமக்கல் கவிஞர் மாளிகை, பனகல் மாளிகை, சென்னை டிரேட் சென்டர், புதிய தலைமைச் செயலகம், அண்ணா நூற்றாண்டு நூலகம் என்று எண்ணற்ற பெரிய திட்டங்கள் செயல்படுத்துதல்.

117. செம்மொழிப் பூங்கா, தொல்காப்பியப் பூங்கா, பெரம்பூர் மாறன் பூங்கா, அண்ணா நகர் பூங்கா என்று பல பூங்காக்களை சென்னையில் உருவாக்கி சாதனை.

118. சோழிங்கநல்லூர், சிறுசேரி, ஐடி ஹைவே, கோவை, மதுரை, திருச்சி என முக்கிய நகரங்களில் ஐடி

பார்க்குகள் என்று நவீன மென்பொருள் தொழில்நுட்ப வளர்ச்சித் திட்டங்கள்.

119. சென்னைத் துறைமுக விரிவாக்கம், எண்ணூர் துறைமுகம், காட்டுப்பள்ளி துறைமுகம், நின்றுபோன கிருஷ்ணா கால்வாய் குடிநீர்த் திட்டம் என்று பல திட்டங்கள்.

120. பல பின்தங்கிய மாவட்டங்களில் சிறப்புப் பொருளாதார மண்டலங்களை அமைத்தல்.

121. 2006 - 2011 திமுக ஆட்சியில் மட்டுமே, சுமார் ஏழு பெரிய புதிய மின் உற்பத்தி நிலையங்கள் மேட்டூர், வல்லூர், எண்ணூர் போன்ற இடங்களில் அமைத்தல்.

122. தமிழகத்தின் தொழில்வளர்ச்சி 33 சதவீதம் அதிகரித்தது கலைஞர் ஆட்சியில்தான்.

123. தமிழ் மொழியிலும் கோயில்களில் அர்ச்சனை செய்ய பயிற்சிகளும் சட்டமும் இயற்றப்படல்.

124. 2006 - 2011 திமுக ஆட்சியில் மட்டுமே 2,459 இந்து கோயில்களுக்கு திருப்பணி நடைபெற்று குடமுழுக்கு விழாக்கள் நடைபெற்றன.

125. ஆசியாவிலே பெரிய தேர் என்று கருதப்படும் திருவாரூர் தியாகராஜர் கோயில் தேரோட்டம் 1948ஆம் ஆண்டோடு நின்றுவிட்டது. அதைப் பழுதுபார்த்து, புனரமைத்து 1970ஆம் ஆண்டில், 25 ஆண்டுகளுக்குப் பிறகு மீண்டும் தேரோட்டம் நடத்தப்படல்.

இப்படி சாதனை பட்டியலை சொல்லிக்கொண்டே போகலாம்...

ஆக திராவிட இயக்கம் கொண்டுவந்த சமுதாய சீர்திருத்த மாற்றங்கள் என்பது மகத்தானது. எண்ணிக்கையில் மிகமிக அதிகமானது. பிற மாநிலங்கள் அனைத்தையும் மிரட்சியோடு திரும்பிப் பார்க்க வைத்தது.

திராவிட இயக்க சாதனைகளை மூன்று பிரிவுகளாகப் பிரித்துப் பார்க்க வேண்டும்.

1. சுதந்திரத்திற்கு முன்பு சென்னை மாகாணத்தில் நீதிக்கட்சி ஆட்சியின்போது கொண்டுவந்த சமூக சீர்திருத்தங்கள்.

தந்தை பெரியாருடன் கலைஞர்

2. நீதிக்கட்சியின் தலைவராகத் தந்தை பெரியார் பொறுப்பேற்று, திராவிடர் கழகமாக உதயமானதும் தேர்தல் அரசியலில் இருந்து விலகி பொது அமைப்பாக நிலைத்து சமூகத்திற்குச் செய்த சீர்திருத்தங்கள்.

3. திராவிட முன்னேற்றக் கழகம் தோன்றி ஆட்சியைக் கைப்பற்றி தமிழ்ச் சமூகத்திற்காகப் பல்வேறு சீர்திருத்தங்களை யும், மாற்றங்களையும் ஏற்படுத்திய சாதனைகள்.

இப்படித்தான் திராவிட இயக்கத்தின் சாதனைகளை நாம் பட்டியலிட்டுப் பார்க்க வேண்டும்.

திமுகவில் இருந்து பிரிந்ததுதான் அதிமுக என்பதை வாதத்திற்காக ஏற்றுக்கொண்டாலும், நீதிக்கட்சி, தந்தை பெரியார், பேரறிஞர் அண்ணா அவர்களின் சமூக சீர்திருத்தப் புரட்சிக் கருத்துக்களில் முற்றிலுமாக மாறுபட்டக் கொள்கையைக் கொண்டதாகத்தான் அதிமுக விளங்கிற்று.

எம்ஜிஆர் காலத்திலும் சரி, ஜெயலலிதா காலத்திலும் சரி அண்ணா மற்றும் பெரியார் பெயர்களைப் பயன்படுத்தினார்களே

தவிர எந்த நிலையிலும் அவர்களின் கொள்கைகளை, லட்சியங் களைக் கடுகளவேனும் செயல்படுத்தவில்லை என்பது நாடறிந்த உண்மை.

எனவே திராவிட இயக்கம் என்னும்போது நீதிக்கட்சி, திராவிடர் கழகம், திராவிட முன்னேற்றக் கழகம் ஆகியவற்றை மட்டுமே குறிப்பிட வேண்டும் என்பதே வரலாற்று உண்மை.

நீதிக்கட்சியின் சாதனைகள்

1. நாட்டிலேயே முதன்முதலாகப் பெண்களுக்கு வாக்குரிமை

2. பஞ்சமர் என்ற சொல் நீக்கப்பட்டு ஆதிதிராவிடர் என்று அழைக்கும் அரசாணை வெளியிடுதல்.

3. அனைத்துத் தரப்பு மாணவர்களையும் கல்லூரிகளில் சேர்க்க வேண்டும் என்பதற்காகக் குழுக்கள் அமைக்கும் அரசாணை.

4. பிராமணர் அல்லாத குழந்தைகளைத் தொடக்கப்பள்ளி களில் சேர்ப்பதற்கான நடவடிக்கை.

5. குறிப்பிட்ட சாதிப் பெண்களைப் பொட்டுக் கட்டி

அறிஞர் அண்ணாவுடன் கலைஞர்

கோயிலுக்கு அர்ப்பணிக்கும் தேவரடியார் என்ற கேவல முறைக்கு முடிவுகட்டும் சட்டம் பிறப்பித்தல்.

6. கோயில் சொத்துக்களைக் கொள்ளையடிப்பதை முடிவுக்குக் கொண்டுவர 'இந்து அறநிலையச் சட்டம்'.

7. பிராமணர் அல்லாத மாணவர்களையும் சென்னை மாநிலக் கல்லூரியில் சேர்ப்பதற்கான உத்தரவு.

8. முதன்முதலாக இடஒதுக்கீட்டுச் சட்டம் அமல்படுத்தல்.

9. வகுப்புவாரி ஒதுக்கீட்டுக்கான அரசாணை.

10. கல்லூரிகளில் சமஸ்கிருதப் பேராசிரியருக்கு அதிக ஊதியம். தமிழ்ப் பேராசிரியருக்கு குறைந்த ஊதியம். இந்த நிலையை மாற்றி அமைத்தல்.

11. முதன்முதலாகப் பள்ளிகளில் இலவச மதிய உணவு.

12. தாழ்த்தப்பட்ட வகுப்பைச் சேர்ந்த மாணவர்களுக்கு பள்ளிப் படிப்பில் இலவசம்.

13. பிற்படுத்தப்பட்ட மாணவர்களுக்கு பள்ளிப் படிப்பு கட்டணம் பாதியாகக் குறைத்தல்.

14. பேருந்துகளில் தாழ்த்தப்பட்டவர்களுக்கு அனுமதி மறுத்தால் உரிமம் ரத்து செய்யப்படும் என்ற ஆணை.

15. தாழ்த்தப்பட்டோரின் முன்னேற்ற வளர்ச்சிக்காகத் தனி அலுவலர்கள் நியமித்தல். அதேபோல மீனவர்கள் மற்றும் கள்ளர் சமூகத்தினரின் முன்னேற்றத்திற்காகவும் தனி அலுவலர்கள் நியமனம்.

16. தாழ்த்தப்பட்ட மக்களுக்கு 7 லட்சத்து 36 ஆயிரம் ஏக்கர் தரிசு நிலங்கள் பட்டா வழங்கல்.

17. குறவர்களின் முன்னேற்றத்திற்காக 2 ஆயிரத்து 776 கூட்டுறவுச் சங்கங்கள் உருவாக்கல்.

18. குறவர், வலையர் ஆகியோரைக் குற்றப்பரம்பரையில் இருந்து மீட்க அவர்களின் குழந்தைகளுக்கு நிதி உதவி.

ஆக, நீதிக்கட்சியின் கொள்கை மற்றும் லட்சியத்தில் சிறிதும் பிறழாமல் திராவிடர் கழகமும், திமுகவும் நடைபோட்டுக் கொண்டிருப்பதை இதுவரை நாம் சொன்ன புள்ளிவிவரங்களே தெளிவாக்கிவிட்டன.

திராவிட இயக்கச் சாதனைகள்

திராவிட இயக்கத்தின் சாதனைகள் குறிப்பிடத்தக்கவை. அது சமூகநீதியை அடுத்தக் கட்டத்துக்கு நகர்த்தியது. சமூக நலத்திட்டங்களைக் கடைக்கோடி வரை கொண்டு சேர்த்தது.

தமிழகத்தின் மருந்து விநியோகக் கொள்முதல் முறை உலக வங்கிக்கு மாதிரியாக உள்ளது. இந்தியாவில் மிகச்சிறந்த மருத்துவச் சேவை தமிழகத்தில் தரப்படுவதாக பிரபல பொருளாதார நிபுணரும் நோபல் பரிசை வென்றவருமான அமர்த்தியா சென் புகழாரம் சூட்டியுள்ளார்.

சாதி அடுக்கை வலிமையாகக் காக்கும் ஏற்பாட்டுத் திருமணங்களை வலிமைப்படுத்தும் சடங்குகள், புரோகிதர் ஆகியவற்றை நீக்கிய சுயமரியாதைத் திருமணங்களுக்கு அங்கீகாரம் தரப்பட்டது.

கோயில்களை அரசுகள் எப்படிக் கையாள வேண்டும் என்பதற்கான அறநிலையத்துறை, முன்மாதிரிச் சட்டங்கள் தமிழகத்தில் திராவிட இயக்கத்தால் துவங்கப்பட்டு விடுதலைக்குப் பிந்தைய காங்கிரஸ் அரசுகளால் மேலும் வலுப்படுத்தப்பட்டது.

இந்து பொதுச்சட்டத்தில் பெண்களுக்குப் பரம்பரைச் சொத்துக்களில் பங்கு பெற்றுத் தருவதற்கு ஐம்பது ஆண்டுகள் தேவைப்பட்டது. தமிழகம் அதற்கு இருபது ஆண்டுகளுக்கு முன்னரே அதைச் செய்து முடித்திருந்தது.

பிராமண எதிர்ப்பு என்பதும் அடிநாதமாக இருந்த திராவிட இயக்க முன்னெடுப்பில் மதச்சிறுபான்மையினர் மையநீரோட்டத்தில் இணைக்கப்படுவது சாதிக்கப்பட்டது.

“நீண்ட காலமாக இடதுசாரிகள் ஆட்சியில் இருந்த மாநிலம் மேற்கு வங்கம். இப்போதுதான் 10 ஆண்டுகளுக்கும் மேலாக திரிணமுல் காங்கிரசின் மம்தா பேனர்ஜி ஆட்சியில் இருக்கிறார்.

அந்த மேற்கு வங்கத்தில் இன்றும் கை ரிக்‌ஷா உள்ளது. மனிதனை மனிதன் இழுக்கிறான் என்ற அவல நிலையை நாம் 1970ஆம் ஆண்டிலேயே ஒழித்துவிட்டோம்.

‘எங்கள் கட்சி வெற்றி பெற்று ஆட்சி அமைத்தால் மேற்கு வங்கத்தின் எல்லா மாவட்டத் தலைநகரங்களிலும் அரசு மருத்துவமனைகள் கட்டுவோம்’ என்று மம்தா பேனர்ஜி 2004ஆம் ஆண்டு தேர்தலில் வாக்குறுதி அளித்தார்.

சட்டசபையில் முதல்வர் கலைஞர்

ஆனால் கலைஞர், ‘எல்லா மாவட்டத் தலைநகரிலும் அரசு மருத்துவக் கல்லூரி கட்டுவேன்’ என்று அறிவித்தார். 1970ஆம் ஆண்டுகளிலேயே தமிழ்நாட்டின் அத்தனை ஒன்றியங்களிலும் ஆரம்ப சுகாதார நிலையம் வந்துவிட்டது.

ஏராளமான அரசு மருத்துவக் கல்லூரிகளும் வந்துவிட்டன. ஒருவேளை திராவிட முன்னேற்றக் கழகம் தொடர்ந்து ஆட்சியில் இருந்திருந்தால் எல்லா மாவட்டங்களிலும் மருத்துவக் கல்லூரிகள் வந்திருக்கும்.

தமிழ்நாட்டை மட்டும் தனியாகப் பார்த்தால் நம்முடைய வளர்ச்சி என்னவென்பதை நம்மால் அறிய முடியாது. ஒட்டுமொத்த இந்தியாவுடன் ஒப்பிட்டுப் பார்த்தால்தான் நம்முடைய வளர்ச்சி என்னவென்பதைப் புரிந்துகொள்ள முடியும்.

தமிழ்நாட்டில் ஐ.ஏ.எஸ் அதிகாரியாகப் பணியாற்றியவர் எஸ். நாராயண். அவர் ஒரு தமிழ்நாட்டுப் பார்ப்பனர். மத்திய அமைச்சரவையின் செயலாளராகவும் இருந்தார். ஓய்வுபெற்ற பின்னால் உலக நாடுகளுக்குச் சென்று பொருளாதார ஆய்வாளராகவும், ஆலோசகராகவும் இருக்கிறார்.

இவர் 'திராவிடியன் இயர்' (Dravidian Year) என்ற நூலை எழுதியிருக்கிறார். அதில் திராவிட இயக்க ஆட்சியில் துணை ஆட்சியராக, மாவட்ட ஆட்சியராக, அரசு செயலாளராகப் பணியாற்றியபோது அவருக்குக் கிடைத்த அனுபவங்களை எழுதியுள்ளார். திமுக ஆட்சிக்கு வருவதற்கு முன்பும் அவர் பதவியில் இருந்தார். ஆட்சிக்கு வந்த பின்பும் இருந்தார் என்பது இங்கே குறிப்பிடத்தக்கது.

'முன்பெல்லாம் ஏதேனும் ஒரு பகுதியில் ஒரு குறை இருக்கும். அதை அரசால் தீர்க்க முடியுமென்றால், அரசு அதிகாரிகள் அறிக்கை அனுப்புவார்கள். எங்களுக்கு அறிக்கை வரும்.

ஆனால் திராவிட முன்னேற்றக் கழகம் ஆட்சிக்கு வந்த பிறகுதான் கட்சியின் பிரதிநிதிகள் மக்களின் பிரச்சனைகளை எங்களிடம் எடுத்து வந்து பேசத் தொடங்கினார்கள். அரசு அதிகாரிகளிடமிருந்து நாங்கள் பெற்ற குறைகளை விட, கட்சியின் பிரதிநிதிகள் எடுத்து வைத்ததுதான் மிக அதிகம்.

தேர்ந்தெடுக்கப்பட்ட மக்கள் பிரதிநிதிகளான சட்டமன்ற உறுப்பினர்கள் மட்டுமல்ல, கட்சியின் அனைத்து நிலை

மூதறிஞர் ராஜாஜியுடன் கலைஞர்

பொறுப்பில் இருப்பவர்களும் வந்து எளிய மக்களின் கோரிக்கையை அன்றாடம் எங்களிடம் பேசியதெல்லாம் திராவிட முன்னேற்றக் கழக ஆட்சி அமைந்த பின்னர்தான்' என்று பதிவு செய்திருக்கிறார் நாராயணன்.

தமிழ்நாட்டை விட்டு வெளியே போன பின்புதான் தமிழ்நாட்டை அவர் தெளிவாகப் புரிந்து கொண்டிருக்கிறார்.

தமிழர்கள் இந்தி படிக்காததால் நமக்கு வேலையே கிடைக்கவில்லை என்று சிலர் பேசுகின்றனர். ஆனால் இப்போது இந்தி பேசுபவர்கள் எல்லாம் வேலைக்காக தமிழ்நாட்டுக்கு வந்து கொண்டிருக்கிறார்கள் என்பதை நாம் பார்க்கிறோம்.

2017ஆம் ஆண்டில் மத்திய அரசின் மனிதவள மேம்பாட்டுத் துறை இந்தியா முழுவதும் ஆய்வு செய்து ஒரு அறிக்கையை வெளியிட்டது. நாடு முழுவதும் உள்ள வேறுபாடு களை இந்த ஆய்வில் சொல்லியிருந்தார்கள்.

பள்ளிக் கல்வியை முடித்து கல்லூரியில் சேருபவர்கள் இந்தியாவில் சராசரியாக 20.4 சதவீதத்தினர் உள்ளார்கள் என்று அந்த ஆய்வில் சொல்லப்பட்டது. ஆனால் தமிழ்நாட்டில் சராசரியாக 38.2 சதவீதத்தினர் பள்ளி முடித்து கல்லூரி செல்கின்றனர். இந்திய சராசரியைக் காட்டிலும் இருமடங்கு தமிழகத்தில் பள்ளி முடித்த மாணவர்கள் கல்லூரி சேருகின்றனர்.

ஆனால் நரேந்திர மோடி 15 ஆண்டுகள் முதல்வராக இருந்து ஆட்சி செய்த குஜராத்தில் 17 சதவீதத்தினர்தான் கல்லூரியில் சேருகின்றனர். மத்தியப் பிரதேசத்தில் 17 சதவீதத்தினரும், உத்தரப் பிரதேசத்தில் 16 சதவீதத்தினரும்தான் கல்லூரியில் சேருகின்றனர்.

இந்த ஆய்வில் கல்வியின் தரத்தின் அடிப்படையில் இந்தியா முழுவதும் 100 சிறந்த கல்லூரிகளைத் தேர்ந்தெடுத்தார்கள். அதில் தமிழ்நாட்டில் இருந்து 37 கல்லூரிகள் தேர்ந்தெடுக்கப்பட்டது. குஜராத்தில் 3 கல்லூரிகள் மட்டும் தேர்வானது.

100 சிறந்த பொறியியல் கல்லூரிகளில் தமிழ்நாட்டில் 22 பொறியியல் கல்லூரிகள் தேர்வானது. குஜராத்தில் 5 மட்டுமே தேர்வானது.

100 சிறந்த பல்கலைக் கழகங்களின் பட்டியலில் தமிழ்நாட்டில் 24 பல்கலைக் கழகங்கள் இடம் பெற்றுள்ளன. குஜராத்தில் 2 மட்டுமே இடம்பெற்றுள்ளது.

ஆனால் திராவிட இயக்க ஆட்சியில் எல்லாம் தரமில்லாமல் போய்விட்டதாக தேசிய சிந்தனை படைத்தவர்களாகக் காட்டிக் கொள்பவர்கள் புலம்பிக் கொண்டிருக்கிறார்கள்.

மகப்பேறு இறப்பு விகிதம், 5 வயதுக்குட்பட்ட குழந்தைகளின் இறப்பு விகிதம் ஆகியவற்றைக் கணக்கில் கொண்டுதான் அமர்த்தியா சென் போன்ற பொருளாதார அறிஞர்கள் தங்கள் ஆய்வை எழுதி உள்ளனர்.

தமிழ்நாட்டில் 5 வயதுக்குட்பட்ட குழந்தைகள் இறப்பு விகிதம் 1000க்கு 21 ஆகவும், குஜராத்தில் 36 ஆகவும் உள்ளது. இந்திய சராசரி இறப்பு விகிதம் 40 ஆக உள்ளது.

பிரவச காலத்தில் இறக்கும் தாய்மார்களின் சராசரி இறப்பு விகிதம் இந்திய அளவில் 1 லட்சத்துக்கு 167 ஆக உள்ளது. ஆனால் தமிழ்நாட்டில் 73 பேராக மட்டுமே உள்ளது.

இந்தியா முழுவதும் சராசரியாக 50 சதவீதத்தினர் மட்டும்தான் தடுப்பூசி போட்டுக் கொள்கின்றனர். ஆனால் தமிழ்நாட்டில் 86.7 சதவீதத்தினர் தடுப்பூசி போட்டுக் கொள்கின்றனர்.

கல்வி விகிதாச்சாரத்தில் தமிழ்நாடு 80க்கும் அதிகமான சதவீதத்தைக் கொண்டுள்ளது. ஒட்டுமொத்தத்தில் வட இந்திய மாநிலங்களைக் காட்டிலும் 2 மடங்கு உயர்ந்த மாநிலமாக தமிழ்நாடு இருக்கிறது. நமக்குப் போட்டியாக கேரளாதான் இருக்கிறது.

ஒன்றில் நாம் முதலில் இருந்தால் மற்றொன்றில் கேரளா முதலில் இருக்கும். வட இந்தியாவில் இமாச்சலப் பிரதேசம் மட்டும்தான் போட்டியாக இருக்கிறது.

தமிழ்நாடு கண்ட இந்த வளர்ச்சியை 50 ஆண்டுக் கால வளர்ச்சியாக எடுத்துக்கொண்டாலும்கூட 1967க்குப் பின்னர்தான் இது நடந்திருக்கிறது.

இந்த 50 ஆண்டுகளில் ஜெயலலிதாவின் ஆட்சியைத் தாண்டி இந்த மாற்றங்கள் நடந்திருக்கின்றன என்று அமர்த்தியா சென் போன்ற பொருளாதார அறிஞர்கள் சுட்டிக் காட்டியுள்ளனர்.

எனவே இப்படிப்பட்ட ஆட்சி அமைப்பினுடைய காரணம், அடிப்படை சுயமரியாதை இயக்கத்திலிருந்து வந்த சிந்தனை.

‘உன்னுடைய ஆட்சி மூன்றாந்தர ஆட்சி’ என்று ஹண்டே ஒருமுறை கலைஞரைப் பார்த்துச் சொன்னார்.

அதற்கு கலைஞர், ‘தவறாக சொல்லி விட்டார் நண்பர், எங்களுடைய ஆட்சி நான்காம் தர ஆட்சி. பிராமண, சத்திரிய, வைசிய, வருணாசிரம வரிசையில் நான்காம் சாதியான சூத்திரர்களால் சூத்திரர்களுக்காக நடத்தப்படுகிற ஆட்சி என்னுடைய ஆட்சி’ என்று சட்ட மன்றத்தில் சொன்னார்.

‘சூத்திரர்களுக்காகத்தான் நாங்கள் ஆட்சி நடத்துகிறோம், அந்த மக்களுடைய மேம்பாடுதான் எங்கள் குறிக்கோள்’ என்று சிந்திக்கிற பார்வை கொண்ட அரசாக கலைஞரின் அரசு இருந்தது.

அம்பேத்காருக்கும், பெரியாருக்கும் சில இடங்களில் சிறு சிறு வேறுபாடுகள் இருக்கும். ‘பட்டியலின மக்களையெல்லாம் ஒரு பகுதியில் வாழச் செய்யுங்கள். எண்ணிக்கையில் நாங்கள் பெருகி நின்றால் பாதுகாப்பாக உணர்வோம்’ என்று அம்பேத்கார் சொன்னார்.

ஆனால் பெரியார், ‘பட்டியலின மக்களைப் பொதுமக்கள் மத்தியில் வாழ வையுங்கள். ஊர் என்றும், சேரி என்றும் பிரிக்க

வேண்டாம். ஊரில் இருக்கிற காலி இடங்களில், இடம் குறைவாக இருந்தாலும் பரவாயில்லை அடுக்குமாடிக் கட்டடங்களாகக் கட்டிக் கொடுங்கள்' என்று சொன்னார்.

குடிசை மாற்று வாரியத்தை அப்படிப் பார்க்கலாம்.

ஆனால் சமத்துவபுரம் என்ற சிந்தனை அம்பேத்காரின் சிந்தனையையும் உள்ளடக்கியது. சமத்துவபுரங்களில் 40 சதவீதம் பட்டியலின மக்களுக்குக் கொடுக்க வேண்டும் என்பது அதிலுள்ள ஆணை.

எல்லா சாதியினரும் சமத்துவபுரத்தில் சேர்ந்து வாழ்கின்றனர். அதே சமயத்தில் பட்டியலின மக்கள் அங்கு பெரும்பான்மை எண்ணிக்கையில் பாதுகாப்பாகவும் வாழ்கின்றனர். 10 சதவீத இடத்தை உயர் சாதியினருக்கும், சிறுபான்மையினருக்கும் வழங்கி அவர்களையும் சமத்துவபுரத்தில் வாழவைத்தார் கலைஞர். இந்தியாவில் வேறெங்கும் யாரும் இப்படி அமைத்ததில்லை என்பதையும் நாம் நினைவில் கொள்ள வேண்டும். இப்போது தமிழ்நாட்டில் 200க்கும் அதிகமான சமத்துவபுரங்கள் இருக்கின்றன.

மொழி அடிப்படையிலானாலும் சரி, அனைத்து சாதி யினரையும் அர்ச்சகராக்கும் சட்டமாக இருந்தாலும் சரி, பெண் களுக்கான சொத்துரிமை வழங்கியதாக இருந்தாலும் சரி இந்தப் பார்வை கொண்ட முதல் இயக்கமாக திராவிட இயக்கம்தான் இருந்தது.

இந்தியாவில் பெண்களுக்கான சொத்துரிமை சட்டம் முதன்முதலில் தமிழ்நாட்டில் தான் கொண்டு வரப்பட்டது. 1989ஆம் ஆண்டில் இதை கலைஞர்தான் கொண்டுவந்தார். ஆனால் அதற்குப் பிறகு 16 ஆண்டுகள் கழித்து 2005ஆம் ஆண்டில்தான் அகில இந்திய அளவில் பெண்களுக்கான சொத்துரிமை சட்டம் வந்தது.

பெண்களுக்கு 33 சதவீத இட ஒதுக்கீடு என்பதை மிக நீண்டகாலமாகப் பேசிக்கொண்டே இருக்கிறார்கள். ஆனால் தமிழ்நாட்டில் பெண்களுக்கு அரசுப் பணிகளில் 30 சதவீதமும், உள்ளாட்சி தேர்தலில் 33 சதவீதமும் இட ஒதுக்கீடு வழங்கி சட்டம் நிறைவேற்றினார் கலைஞர்.

இன்னமும் இந்தியாவில் இந்த இரண்டிலும் வேறெங்கும் பெண்களுக்கு இட ஒதுக்கீடு இல்லையென்பதையும் யோசித்துப் பார்த்தால் இதன் சிறப்பு புரியும்.

சட்டமன்ற உறுப்பினர்களுக்குத் தனியாகத் தொகுதி நிதி ஒதுக்கீடு என்பதை முதன்முதலாகக் கலைஞர்தான் கொண்டு வந்தார். இதன் செயல்பாடுகளைப் பார்த்த பிறகு 10 ஆண்டுகள் கழித்து இந்திய அரசு நாடாளுமன்ற உறுப்பினர்களுக்கான தொகுதி மேம்பாட்டு நிதி வழங்கும் முறையைக் கொண்டு வந்தது.

விவசாயிகளுக்கு வழங்கப்படும் பயிர்க் கடனை உரிய நேரத்தில் கட்டினால் வட்டி இல்லை என்ற சட்டத்தையும் முதன்முதலில் தமிழ்நாட்டில் கலைஞர் கொண்டு வந்தார்.

இவ்வாறு இன்னும் ஏராளமான திட்டங்களைப் பற்றி சொல்லிக்கொண்டே போகலாம்.

எந்த மக்களுக்கான இயக்கமாக திராவிடர் இயக்கம் தோற்று விக்கப்பட்டது என்ற சிந்தனையை நெஞ்சில் தாங்கியவராகத்தான் கலைஞர் செயல்பட்டார். ஒவ்வொரு இடத்திலும் அதைப் பேசியே வந்திருக்கிறார்.

அரசியலுக்கு வந்துவிட்டாலே பொது இடங்களில் வெளிப்படையாகப் பேசுவதைப் பலர் நிறுத்திக் கொள்வதைப் பார்க்கிறோம். ஆனால் ராமன் எந்த என்ஜினியரிங் கல்லூரியில் படித்துவிட்டு பாலம் கட்டினான் என்று கேட்டார் கலைஞர். வட இந்தியாவிலோ பொது மக்கள் ராமனைப் பற்றி பேசினாலே அடித்துக் கொல்கிறார்கள். அவ்வளவு ஏன், குரங்கை அடித்தாலே நம்மை அடிக்க வருவார்கள். அதனால்தான் அம்பேத்கார் அவர்களைப் பழமைவாதிகள் என்றும் நம்மைப் புதுமைவாதிகள் என்றும், அவர்களை மூட நம்பிக்கைவாதிகள் என்றும், நம்மை பகுத்தறிவுவாதிகள் என்றும் சொன்னார்.

இந்தப் பகுத்தறிவை மேலும் மேலும் வளர்த்தெடுத்தலில் கலைஞருக்குப் பங்கு உண்டு.

பெரியாருக்கு ஒரு உறுத்தல் இருந்துகொண்டே இருந்தது. 'பட்டியலின மக்களை சட்ட மன்றத்தில் பார்த்துவிட்டேன். ஐ.ஏ.எஸ், ஐ.பி.எஸ் அதிகாரிகளாகப் பார்த்துவிட்டேன். ஆனால் 110 ஆண்டுக் கால வரலாறு கொண்ட சென்னை உயர் நீதிமன்றத் தில் ஒரு தாழ்த்தப்பட்டவர் கூட நீதிபதியாக இல்லையே' என்று தன்னுடைய வருத்தத்தைத் தெரிவித்து கலைஞரிடம் வேண்டு கோளாக வைத்தார். அந்த வாரத்திலேயே ஆணை பிறப்பிக்கப் பட்டு, திண்டுக்கல்லில் மாவட்ட நீதிபதியாக இருந்த ஏ.வரதராஜன் அவர்களுக்குப் பதவி உயர்வு வழங்கப்பட்டு சென்னை உயர் நீதிமன்ற நீதிபதியானார்.

இந்தியாவிலேயே உயர் நீதிமன்ற நீதிபதியான முதல் பட்டியலின சமூகத்தைச் சேர்ந்தவர் இவர்தான். அதன் தொடர்ச்சியாக அவரே டெல்லி உச்ச நீதிமன்றத்திலும் முதல் பட்டியலினத்தைச் சேர்ந்த நீதிபதியாகப் பதவி உயர்வு பெற்றார். அந்தப் பெருமையை உருவாக்கிக் கொடுத்தவர் கலைஞர். அதற்குக் காரணம் திராவிட இயக்கச் சிந்தனை.

1975ஆம் ஆண்டில் குரூப் 1 சர்வீஸ் நடந்தது. அதில் 112 இடங்களில் ஒரு இடத்தைக் கூட ஒரு பார்ப்பனனுக்கோ, உயர் சாதிக்காரனுக்கோ கொடுக்கவில்லை. பிற்படுத்தப்பட்ட, பட்டியலின மற்றும் பழங்குடியின மக்கள் அதிலும், பிற்படுத்தப்பட்ட மக்களில் குரலற்ற மக்களாக உள்ளவர்களுக்கும், குறவர்களுக்கும், சவரத் தொழிலாளர்களுக்கும், கல் உடைக்கும் மக்களுக்கும் கொடுக்கப்பட்டது.

அப்போதுதான் முதன்முதலில் குரூப் 1 சர்வீசில் இவர்கள் வந்தார்கள்.

இப்படிப்பட்ட ஒரு சமூக நீதி சிந்தனை கொண்டவராய், திராவிட இயக்க சிந்தனையாளராய், கருஞ்சட்டைக் கலைஞராய் இருந்தார்.

அண்ணா ஆட்சிக்கு வந்து குறுகிய காலம்தான் வாழ்ந்தார் என்றாலும், அவர் ஆட்சியில் பல சாதனைகளைச் செய்தார். கலைஞரின் ஆட்சிக்கு அடிக்கோல் நாட்டியது திராவிடர் இயக்கமும், அண்ணாவின் ஆட்சியும்தான்.

நாம் இப்போது எதிர்பார்ப்பதும் காத்திருப்பதும் கலைஞரின் வழியில் பகுத்தறிவுப் பார்வையோடும், பார்ப்பன எதிர்ப்புப் பார்வையோடும், அடித்தட்டு மக்களைப் பற்றிய சிந்தனையோடும் நடக்கிற ஆட்சி வரவேண்டும் என்பதே. அதைத்தான் விரும்புகிறோம், வரும் என்று நம்புகிறோம்”

இவ்வாறு ‘கருஞ்சட்டைக் கலைஞர்’ என்ற தலைப்பில் 2018ஆம் ஆண்டு திருச்செங்கோட்டில் கொளத்தூர் மணி அவர்கள் உரையாற்றினார்.

மணி அவர்களின் நம்பிக்கையை நனவாக்கக் காத்துக் கொண்டிருக்கிறார் நமது தளபதி ஸ்டாலின் அவர்கள்.

இதுவே உண்மையிலும் உண்மை.

06

தமிழுக்குச் சாதனை

தமிழ் மொழிக்கு மேலும் சிறப்பு சேர்த்த பெருமை நிச்சயம் திமுகவையே சேரும்.

ஆங்கிலம் மற்றும் சமஸ்கிருத கலப்புகளைத் தவிர்த்து தூய தமிழை தமிழ் கூறும் நல்லுலகிற்கு அறிமுகம் செய்த பெருமை நிச்சயம் திமுகவையே சேரும்.

தமிழ் வழிக் கல்வி படிப்பதும், தமிழில் பேசுவதும் கேவலம் என்ற எண்ணத்தை அடி வேரோடு பிடுங்கி எறிந்த பெருமை திமுகவையே சேரும்.

1967-68ஆம் ஆண்டு இளங்கலை வகுப்பு, 1969-70ஆம் ஆண்டு இளம் அறிவியல் வகுப்பு ஆகியவற்றில் தமிழ் பயிற்று மொழியாக்கப் பட்டது.

1996ஆம் ஆண்டு கலைஞர் தலைமை யிலான திமுக ஆட்சி காலத்தில் மெட்ரி குலேஷன் பள்ளிகளிலும் தமிழ் பாடமொழி என்கிற ஆணை பிறப்பிக்கப்பட்டது.

தமிழகத்தில் உள்ள அனைத்துப் பள்ளிகளிலும் ஒன்றாம் வகுப்பு முதல் பத்தாம் வகுப்பு வரை தமிழ் கட்டாயப் பாடமாகக் கற்பிக்கப்பட வேண்டும் என்று 2006ஆம் ஆண்டு சட்டமன்றக் கூட்டத்தில் நிறைவேற்றப்பட்டது.

2010-11ஆம் ஆண்டு அண்ணா தொழில்நுட்பப் பல்கலைக் கழகங்களில் கட்டுமானவியல், இயந்திரவியல் ஆகிய பாடப் பிரிவு களில் தமிழ் வழிக் கல்வி கற்கும் ஆணை பிறப்பிக்கப்பட்டது.

பட்டப்படிப்பில் தமிழை முதல் பிரிவில் எடுத்துப் படிக்காத மாணவர்கள் நான்காம் பிரிவில் தமிழ் மொழியை ஒரு பாட மாகக் கட்டாயம் படிக்க வேண்டும் என்ற நிலை உருவாக்கப் பட்டது. எனவே பிற மாநிலம் மற்றும் வெளிநாட்டு மாணவர் களும் தமிழ் மொழியைப் படித்தே ஆக வேண்டும் என்ற கட்டாயம் ஏற்பட்டுள்ளது. தமிழகத்தில் தமிழைப் படிக்காமல் பட்டம் பெறும் பேச்சுக்கே இடமில்லை என்ற நிலை ஏற்படக் காரணமாக அமைந்தது திமுகவே.

கடினமாகவும், பாமரர்கள் புரிந்து கொள்ள முடியாமலும் இருந்த உரைநடைத் தமிழை எளிய நடையில் அனைவரும் புரிந்து கொள்ளும் விதமாக எழுதி சாதாரண மக்களையும் படிக்க வைத்த பெருமை திராவிட இயக்கத்திற்கே உண்டு.

விடுதலை, குடியரசு, திராவிட நாடு, நம்நாடு, முரசொலி, முத்தாரம், மன்றம், தென்றல் போன்ற இதழ்களை இதற்கு எடுத்துக் காட்டாகக் கூறலாம்.

அண்ணாவின் ஆரியமாயை, குமரிக்கோட்டம், பணத் தோட்டம் ஆகிய நூல்களும், கலைஞரின் ரோமாபுரிப் பாண்டியன், பொன்னர் சங்கர், குறளோவியம், தொல்காப்பியப் பூங்கா போன்ற நூல்களும், பேராசிரியர் அன்பழகனின் தமிழர் திருமணமும் இனமானமும், தமிழ்க்கடல் அலைஓசை பரவும் தமிழ்மாட்சி ஆகிய நூலும் தமிழ் மக்களிடையே அரசியல் மற்றும் சமுதாய விழிப்புணர்வை ஏற்படுத்தின.

பக்தி இலக்கியங்களுக்கு மட்டுமே முக்கியத்துவம் கொடுத்து வந்த அன்றைய காலக்கட்டத்தில் திருக்குறள் பார்ப்பனச் சூழ்ச்சியால் மறைக்கப்பட்டிருந்தது. திருக்குறளை மீட்டு திருமண அழைப்பிதழ் முதல் அரசுப் பேருந்துகள், அலுவலகங்கள் என்று அத்தனை இடங்களிலும் எழுதி, தமிழர் உள்ளங்களில் நிறையச் செய்த பெருமை திராவிட இயக்கங்களுக்கு மட்டுமே உண்டு.

இந்திரா காந்தியுடன் கலைஞர்

கவிதை வளர்ச்சியிலும் தனிப் புரட்சி ஏற்படுத்தப்பட்டது. 'எங்கள் வாழ்வும் எங்கள் வளமும் மங்காத தமிழென்று சங்கே முழங்கு' என்று முழங்கினார் புரட்சிக் கவிஞர் பாரதிதாசன். இவர் திராவிட இயக்கத்தின் தலைமைக் கவிஞர் என்று போற்றிப் புகழப்படுகிறார்.

அவருக்குப் பின்னால் கவிஞர் கண்ணதாசன், சுரதா, மீரா, முடியரசன், புலவர் பொன்னிவளவன், கவிஞர் கருணானந்தம் என்று மிகப் பெரிய அளவில் கவிஞர் படை திராவிட இயக்கங்களில் இருந்து சீறிப் பாய்ந்து தமிழ் கவிதைகளை மக்கள் மத்தியில் கொண்டு சென்றது.

அவர்களின் கவிதைகள் அனைத்தும் தமிழ் உணர்வும், இசை உணர்வும் உடையதாகப் பொங்கி எழுந்த புதுப்புனல் போல் பரவின. கவியரங்கம் என்னும் புதுமையை தமிழ் உலகிற்கு அறிமுகப்படுத்திய பெருமை திராவிட இயக்கங்களுக்கு மட்டுமே உண்டு.

கவிதைகள் பல இயற்றியதுடன் கவியரங்கங்களுக்குத் தலைமை தாங்கியும் உள்ளார் கலைஞர்.

பூவிதழின் மென்மையினும் மென்மையான புனித உள்ளம்
அன்பு உள்ளம் அரவணைக்கும் அன்னை உள்ளம்

என்று கலைஞர் பாடிய இரங்கற்பா தமிழ் இலக்கிய வரலாற்றில் நிலைத்து நிற்கிறது.

திரைப்படங்கள் தமிழகத்தில் தழைத்தோங்கி மக்கள் மத்தியில் மிகப் பெரிய செல்வாக்கை இன்று பெற்றிருக்கிறது என்றால் அதற்குத் திராவிட இயக்கங்களே முக்கியக் காரணம்.

தொடக்கக் காலத்துத் தமிழ்த் திரைப்படங்களில் வசனங்கள் கவிதை நடையில் இருந்தன. வசனங்களில் பலவும் சாதாரண மக்களுக்குப் புரியாமலேயே இருந்தன.

அவற்றை மாற்றி மக்கள் பேசும் பேச்சுவழக்கில் நல்ல தமிழைப் பரப்பியவர்கள் அறிஞர் அண்ணா, கலைஞர், முரசொலி மாறன் போன்றவர்களே.

அண்ணாவின் 'வேலைக்காரி', 'சொர்க்கவாசல்', கலைஞரின் 'பராசக்தி', 'மனோகரா' ஆகிய திரைப்படங்கள் நல்ல தமிழை நாட்டு மக்களுக்குப் பரப்பின.

கலைஞர் முதல்வராக இருந்தபோது திரைப்படங்களுக்குத் தமிழ்ப் பெயர் வைத்தால் வரிவிலக்கு என்னும் ஆணையைப் பிறப்பித்தார். இதனையடுத்து சம்திங் சம்திங், லவ் டுடே, மும்பை எக்ஸ்பிரஸ் போன்ற பெயர்கள் அனைத்தும் தமிழ்ப் பெயர்களாக மாற்றப்பட்டது குறிப்பிடத்தக்கது.

வழக்குமன்ற மொழியாகத் தமிழ் மொழி மட்டுமே இருக்க வேண்டும் என்றார் அறிஞர் அண்ணா.

"அதற்குரிய தகுதி தமிழுக்கு இருக்கிறதா?" என்று கிண்டல் செய்தனர் சிலர்.

அவர்களுக்கு அண்ணா என்ன பதிலளித்தார் தெரியுமா?

"தமிழில்தானே வாதாடினாள் கண்ணகி? அவளின் வாதங் களை ஆங்கில மொழியால் அல்ல, வேறு எந்த மொழியாலும் அளிக்க முடியாது" என்றார்.

அண்ணா முதலமைச்சராகப் பதவியேற்றதும் நீதியரசர் அனந்த நாராயணன் தலைமையில் சட்டத் தொகுப்புகளைத் தமிழில் மொழி பெயர்ப்பதற்காகக் குழு ஒன்றை அமைத்தார். அக்குழு சட்டத் தொகுப்புகள் பலவற்றையும் தமிழில் மொழி பெயர்த்து வெளியிட்டது.

1968ஆம் ஆண்டு முதலாவது சட்ட அகராதி அண்ணாவால் வெளியிடப்பட்டது.

அதே ஆண்டில் மாநில போக்குவரத்து மேல்முறையீட்டுத் தீர்ப்பாய அலுவலகம் தமிழில் செயல்படத் தொடங்கியது.

1970ஆம் ஆண்டு முதல் உயர்நீதிமன்றத்துக்குச் சார்நிலையில் இயங்கிவரும் உரிமையியல் நீதிமன்றங்கள், குற்றவியல் நீதிமன்றங் கள், தீர்ப்பாயங்கள் ஆகியவை சாட்சியங்களைத் தமிழில் பதிவு செய்யத் தொடங்கின. அத்துடன் தமிழில் தீர்ப்புகள் வழங்கவும் வகை செய்யப்பட்டது.

உயர்நீதிமன்ற வழக்கு மொழியாகத் தமிழ் இடம்பெற வேண்டும் என்ற தீர்மானத்தை தமிழக சட்டமன்றத்தில் கலைஞர் அவர்கள் நிறைவேற்றினார்.

'ஒரு குறிப்பிட்ட பணிக்குத் தேவையான அடிப்படைக் கல்வித் தகுதியில் தமிழ் வழியில் படித்தவர்களுக்கு 20 சதவீத இடங்கள் ஒதுக்கப்பட வேண்டும்' என்னும் ஆணை 2010ஆம் ஆண்டு முதல்வராக இருந்த கலைஞர் ஆணை பிறப்பித்தார். அதன்படியே தமிழக அரசுப் பணியாளர் தேர்வாணையம் அரசுப் பணிக்குப் பணியாளர்களை இன்றளவும் தேர்வு செய்து வருகிறது.

இந்திய அரசியலமைப்புச் சட்டம் உருவாக்கப்பட்ட காலக் கட்டத்திலேயே தமிழை ஆட்சி மொழியாக்க வேண்டும் என்று அண்ணா வலியுறுத்தினார்.

1965ஆம் ஆண்டு மாநிலங்களவையில் உரையாற்றிய அண்ணா, "என்னுடைய முன்னோர்கள் எந்த மொழியில் பேசி

னார்களோ, என்னுடைய கவிஞர்கள் எந்த மொழியில் காவியங் களையும், தத்துவங்களையும் வழங்கினார்களோ, வற்றாத அறிவுச் சுரங்கங்களாக விளங்கிய இலக்கண இலக்கியங்களை எந்த மொழியில் நாங்கள் பெற்றிருக்கிறோமோ, அந்தத் தமிழ்மொழி மைய அரசின் ஆட்சிமொழியாக ஆகும் நாள் வரையில் நான் ஓயமாட்டேன்" என்றார்.

அண்ணா வழியில் கலைஞரும் மத்திய அரசின் ஆட்சி மொழியாகத் தமிழ் இடம்பெற வேண்டும் என்று தொடர்ந்து வலியுறுத்தி வந்தார்.

1982ஆம் ஆண்டு முரசொலி மாறனும், 2013ஆம் ஆண்டு திருச்சி சிவாவும் தனிநபர் சட்ட முன்வரைவை மாநிலங்களவை யில் கொண்டு வந்தனர்.

2004ஆம் ஆண்டு மன்மோகன்சிங் தலைமையில் ஐக்கிய முற்போக்குக் கூட்டணி ஆட்சி நடைபெற்றபோது தமிழை மத்திய அரசின் ஆட்சி மொழியாக்குவது குறித்துக் குறைந்தளவு செயல்திட்டம் வெளியிடப்பட்டது. கலைஞரின் வற்புறுத்தலை அடுத்து அதனை ஆராய்வதற்காகக் குழு ஒன்று அமைக்கப்படும் என்றும் தெரிவிக்கப்பட்டு டாக்டர் சத்தகாந்த் மகாபத்ரா தலைமையில் குழு ஒன்றும் மத்திய அரசால் அமைக்கப்பட்டது.

தமிழைச் செம்மொழியாக அறிவிக்கக் கோரி 1996ஆம் ஆண்டு மத்திய அரசுக்கு முதல்வர் கலைஞர் கடிதம் ஒன்றை அனுப்பினார். அதன்பிறகு தமிழுக்குச் செம்மொழி தகுதி வழங்கலாம் என்று மத்திய அரசு பரிந்துரைத்தது.

1999ஆம் ஆண்டு சென்னையில் நடைபெற்ற திருவள்ளுவர் நாள் விழாவில், 'தமிழ் செம்மொழிதான் என்று மத்திய அரசு உடனடியாக அறிவிக்க வேண்டும்' என்று கலைஞர் கேட்டுக் கொண்டார்.

இதனையடுத்து 2004ஆம் ஆண்டு அக்டோபர் மாதம் 12ஆம் நாள் அன்று தமிழைச் செம்மொழியாக அறிவித்தது மத்திய அரசு.

2007ஆம் ஆண்டு ஆகஸ்ட் மாதம் 18ஆம் நாளன்று சென்னையில் முதல்வர் கலைஞர் தலைமையில் நடைபெற்ற விழாவில் மத்திய அமைச்சர் அர்ஜூன்சிங் செம்மொழி தமிழ் மைய நிறுவனத்தைத் தொடங்கி வைத்தார். அதற்காக அலுவலகக் கட்டடம் 2008ஆம் ஆண்டு கலைஞரால் திறந்து வைக்கப்பட்டது.

1974ஆம் ஆண்டு 'செந்தமிழ்ச் சொற் பிறப்பியல் அகரமுதலித் திட்ட இயக்ககம்' நிறுவப்பட்டது. அதன் முதல் இயக்குநராக மொழி ஞாயிறு தேவநேயப்பாவாணர் நியமிக்கப் பட்டார்.

1974 முதல் 1980ஆம் ஆண்டு வரைக் கடின உழைப்பிற்குப் பிறகு 'ஆசைமொழி' வரை எழுதினார்.

1985ஆம் ஆண்டு ஜனவரி மாதம் அவர் உருவாக்கிய முதல் தொகுதி நூல் வெளியிடப்பட்டது.

1992ஆம் ஆண்டு இரண்டாம் தொகுதி நூல் வெளியிடப் பட்டது.

1997ஆம் ஆண்டு மூன்றாம் பாகம் உருவாக்கப்பட்டு வெளியிடப்பட்டது.

ஆக 'அ' முதல் 'ஔ' வரையிலான சொற்கள் தொகுக்கப் பட்டு நூல்களாகின.

சென்னைப் பல்கலைக் கழகத்தின் வாயிலாக அஞ்சல் வழியில் தமிழ்க் கல்வி பயிற்றுவிக்க ஏற்பாடு செய்யப்பட்டது. மொரீசியஸ், ரீயூனியன், டர்பன், மடகாஸ்கர் ஆகிய இடங்களில் அஞ்சல் வழித் தமிழ்க் கல்வித் தொடரப்பட்டன.

1869ஆம் ஆண்டுத் தொடங்கப்பட்ட பழமையான அரசினர் கீழ்த்திசை ஓலைச் சுவடிகள் நூலகத்தில் உள்ள தமிழ், தெலுங்கு, கன்னடம், வடமொழி, இஸ்லாமிய மொழிகளில் உள்ள சுமார் 72 ஆயிரம் ஓலைச் சுவடிகளைப் பாதுகாப்பதற்கு 1996ஆம் ஆண்டு குளிர்பதன வசதி செய்யப்பட்டது.

1996ஆம் ஆண்டுக்குப் பிறகு பழநி, திருவாரூர், சிவகங்கை, காஞ்சிபுரம், இராமநாதபுரம், கரூர் ஆகிய ஏழு இடங்களில் புதிய அருங்காட்சியகங்கள் தோற்றுவிக்கப்பட்டன. கபிலர் எழுதி குறிஞ்சிப்பாட்டு இலக்கியத்தில் கூறப்படும் 96 மலர்கள் தொகுக்கப்பட்டு பார்வைக்கு வைக்கப்பட்டன. தமிழக வரலாற்றில் இது முதல் முயற்சியாகும்.

சென்னை, மதுரை, கோவை ஆகிய மூன்று மாவட்டங்களில் மட்டுமே இருந்த இசைப்பள்ளிகள் 1996ஆம் ஆண்டுக்குப் பிறகு திருநெல்வேலி, தூத்துக்குடி, கரூர், திருச்சிராப்பள்ளி, சேலம், புதுக்கோட்டை, திருவாரூர், கடலூர், விழுப்புரம், பெரம்பலூர், திருவண்ணாமலை, காஞ்சிபுரம், கிருஷ்ணகிரி, சீர்காழி, சிவகங்கை, இராமநாதபுரம், ஈரோடு ஆகிய இடங்களிலும் தொடங்கப் பட்டன.

1999ஆம் ஆண்டு உலகத் தமிழ் இணைய மாநாடு தமிழக அரசால் நடத்தப்பட்டது. உலகத் தமிழ் இணையப் பல்கலைக் கழகம் அமைக்கவும் ஏற்பாடு செய்யப்பட்டது.

பன்முகத் தன்மையும் பல்வேறு தேசிய மொழி இனங்களைக் கொண்ட இந்தியாவில் இந்திய ஆட்சிப்பணித் தேர்வுகளை

ஆங்கிலம் மற்றும் இந்தியில் மட்டுமே எழுத முடியும் என்று நிலை மாற்றப்பட்டு பிற மொழி பேசுபவர்களுக்கும் வாய்ப்பு அளிக்கப்பட வேண்டும் என்று வலியுறுத்தப்பட்டது. இதற்காக தமிழ் மொழி, இலக்கிய வரலாறு, புவியியல், வரலாறு போன்ற பாடங்களைத் தமிழில் தனித் தனியே தொகுத்து வெளியிட முடிவு செய்யப்பட்டு முதல் முயற்சியாகத் ‘தமிழ்மொழி வரலாறு’ என்னும் நூல் வெளியிடப்பட்டது.

தொல்காப்பியம், நன்னூல் ஆகிய இலக்கண நூல்களின் அடிப்படையில் இக்காலத் தேவைக்கேற்பவும், பள்ளி மற்றும் கல்லூரி மாணவர்கள் பயனடையத்தக்க வகையிலும் ஒரு புதிய இலக்கண நூலை வெளியிடுவதற்காக வல்லுநர் குழு ஒன்று அமைக்கப்பட்டு கட்டுரைகள் தயாரிக்கப்பட்டன.

22 நாடுகளுக்குச் சிறந்த தமிழ் நூல்களை அனுப்பும் திட்டத்தின் கீழ் யாழ்ப்பாணம், சிங்கப்பூர், மொரீசியஸ், ரீயூனியன் போன்ற நாடுகள் ஒவ்வொன்றிற்கும் ஆயிரத்துக்கும் மேற்பட்ட சிறந்த தமிழ் நூல்கள் அனுப்பி வைக்கப்பட்டன.

வாகனங்களில் பதிவெண் பலகைகளில் ஆங்கில எழுத்துக்கள் மட்டுமே பயன்படுத்தப்பட்டு வருகின்றன. அவற்றைத் தமிழில் எழுதிக் கொள்ள அனுமதி வழங்கும் ஆணை கழக ஆட்சியில் பிறப்பிக்கப்பட்டது.

கருவூலங்கள் மற்றும் சம்பளக் கணக்கு அலுவலகங்களில் பில்கள் மற்றும் வவுச்சர்களைத் தமிழில் தயாரிக்கலாம் என்ற நிலை உருவாக்கப்பட்டது.

நாடகக் கலைக்களஞ்சியம் தமிழ்ப் பல்கலைக் கழகத்தின் வாயிலாக ஒரு தொகுப்பும், தமிழிசைக் கலைக்களஞ்சியம் மற்றும் பாரதிதாசன் பல்கலைக் கழகத்தின் வாயிலாக மூன்று தொகுப்பு களும், மருத்துவக் கலைக் களஞ்சியம் மற்றும் தமிழ் வளர்ச்சிக் கழகத்தின் சார்பில் ஐந்து தொகுப்புகளும் வெளிவந்துள்ளன.

தமிழ் வளர்ச்சிக் கழகத்தால் குழந்தைகள் கலைக் களஞ்சியம் நூல் வெளியிடப்பட்டது.

மெட்ராஸ் என்னும் பெயர் 1996ஆம் ஆண்டு சென்னை என்று பெயர் மாற்றம் செய்யப்பட்டது.

மருந்துச் சீட்டுகள் அனைத்தும் தமிழில் எழுதப்பட வேண்டும் என்று அரசாணை பிறப்பிக்கப்பட்டது.

ரயில்களிலும் தமிழில் பெயர்ப் பலகைகள் வைப்பதற்குத் தமிழக அரசின் தொடர் வலியுறுத்தலே காரணம். கம்பன் விரைவு வண்டி, மலைக்கோட்டை விரைவு வண்டி, வேகத் தொடர் வண்டி போன்ற சொற்கள் தற்போதும் காணப்படுகின்றன.

தேர்வாணையத்தின் வினாத்தாள்கள் அனைத்தும் தமிழில் முதலிலும் ஆங்கிலத்தில் அடுத்தும் அமைய ஏற்பாடுகள் செய்யப் பட்டன.

தேவநேயப் பாவாணர், மறைமலை அடிகளார், திரு. வி.க, கவிமணி தேசிக விநாயகம் பிள்ளை போன்ற தமிழ் மேதைகளின் நூல்கள் அரசுடைமையாக்கப்பட்டு அவர்களின் குடும்பத்துக்கு பத்து லட்ச ரூபாய் பரிசுத்தொகை வழங்கப்பட்டது.

அரசின் தலைமைச் செயலகத் துறைகள், துறைத் தலைமை அலுவலகங்கள், தன்னாட்சி நிறுவனங்கள், வாரியங்கள், கழகங் கள், இணையங்கள் ஆகியவற்றின் தலைமை அலுவலகங்களிலும் ஆட்சிச் சொல் அகராதியில் உள்ள சொற்களில் நாள்தோறும் ஓர் ஆங்கிலச் சொல்லையும், அதற்குரிய தமிழ்ச் சொல்லையும், ஒரு திருக்குறளைப் பொருளுடன் கரும்பலகையில் எழுதி வைக்க வேண்டுமென்று ஆணை பிறப்பிக்கப்பட்டது.

அய்யன் திருவள்ளுவருக்கு அகிலமே கண்டு வியக்கும் அளவிற்கு 133 அடி உயரத்தில் 7 ஆயிரம் டன் எடையில் மாபெரும் சிலை நாட்டின் தென்முனையான கன்னியாகுமரியில் கலைஞரின் பெருமுயற்சியால் நிறுவப்பட்டது. திருவள்ளுவரின் புகழ் உலகறியச் செய்யப்பட்டது.

07

கடந்து வந்த பாதை

கலைஞர் மறைவை அடுத்து திராவிட முன்னேற்றக் கழகச் செயல் தலைவராக இருந்த தளபதி ஸ்டாலின் தலைவராகப் பொறுப் பேற்றார்.

'வாரிசு அரசியல்' என்று எதிர்க்கட்சி யினர் காழ்ப்புணர்ச்சி யோடு பேசினாலும் தலைவர் பதவியை அடைந்திடுவதற்காக அவர் கடந்து வந்த பாதை மிகவும் கரடுமுரடானது என்பதை மறந்துவிடக் கூடாது.

திமுகவில் சாதாரணத் தொண்டனாகத் தான் தனது பங்களிப்பைத் தொடங்கினார். பின்னர் அவர் ஓடிய அரசியல் ஓட்டம் என்பது மிகவும் நீளமானது. அதிகக் களைப்பை ஏற்படுத்தக்கூடியது.

அவ்வாறு மூச்சிரைக்க ஓடிய பிறகே தலைவர் பதவியை அவரால் அடைய முடிந்தது.

இன்னும் தளபதியின் ஓட்டம் நிற்க வில்லை. தமிழக முதல்வர் பதவியை அலங்கரிக்கும் வரை அவரது ஓட்டம் நிற்கப் போவதில்லை.

அவ்வாறு முதல்வராகப் பதவியேற்றாலும் கூட அவரது ஓட்டம் நிற்குமா என்றால் நிச்சயமாக இல்லை. தமிழ்ச் சமுதாயத்தின் முன்னேற்றத்திற்காக அவரது உழைப்பு தொடர்ந்து கொண்டேதான் இருக்கும்.

கலைஞருக்கு மூன்றாவது மகனாகப் பிறந்தார் ஸ்டாலின்.

பொதுவாகக் கலைஞர் குடும்பத்தில் உள்ள அனைவருக்கும் தூய தமிழ்ப் பெயர்தான் சூட்டப்பட்டிருக்கும். ஆனால் தளபதியின் பெயர் மட்டுமே வித்தியாசமாக 'ஸ்டாலின்' என்று சூட்டப்பட்டது.

ஏன் அப்படி?

ஸ்டாலின் பிறப்பதற்கு முன்பாக அவருக்கு தந்தை பெரியார் மற்றும் அண்ணாவின் பெயர்களைச் சூட்டி அழகு பார்க்கத்தான் ஆசைப்பட்டார் கலைஞர்.

தந்தை பெரியாரை 'அய்யா' என்றே அழைப்பார்கள். எனவே 'அய்யா' என்ற பெயருடன் 'துரை' என்ற பெயரையும் இணைத்து 'அய்யா துரை' என்று பெயரிடவே விரும்பினார் கலைஞர்.

'துரை' என்பது 'அண்ணா துரை' என்ற பெயரில் உள்ள கடைசிப் பகுதி.

தனது நேசத்திற்கும் பாசத்திற்கும் உரிய தலைவர்களின் பெயர்களை இணைத்து சூட்ட விரும்பிய தருணத்தில் ஓர் எதிர்பாராத சம்பவம் நிகழ்ந்தது.

ரஷ்யப் புரட்சியாளர் ஜோசப் ஸ்டாலின் மறைந்து போனார். அவரது மரணத்தை அடுத்து நினைவேந்தல் கூட்டம் ஒன்று நடைபெற்றது. அதில் கலைஞர் உரையாற்றிக் கொண்டிருந்தார்.

அப்போது அவருக்கு 'ஆண் குழந்தை' பிறந்த தகவல் வந்து சேர்ந்தது. அதன்காரணமாகவே தனது மகனுக்கு ரஷ்யப் புரட்சி யாளரின் பெயரான 'ஸ்டாலின்' என்ற பெயரைச் சூட்டினார்.

மாபெரும் புரட்சியாளரும், போராளியுமான ஸ்டாலினைப் போலவே தான் தளபதி ஸ்டாலினின் வாழ்க்கைப் பயணமும் அமைந்தது.

பள்ளியில் சேர்க்க வேண்டிய வயது. ஆனால் பள்ளி நிர்வாகத்தினர் "புரட்சியாளரின் பெயரை வைத்திருக்கிறீர்கள்.

அந்தப் பெயரை மாற்றிவிட்டு வாருங்கள். எங்கள் பள்ளியில் உங்கள் மகனைச் சேர்த்துக் கொள்கிறோம்" என்று தெரிவித்திருக் கிறார்கள்.

அதற்காகப் பெயரை மாற்ற வேண்டும் என்ற நிர்ப்பந்தத்தை ஏற்க மறுத்துவிட்டார் கலைஞர். வேறு பள்ளியில் தனது மகன் ஸ்டாலினை சேர்த்தார்.

சென்னை கிறிஸ்தவக் கல்லூரியில் இருந்த பள்ளியில் தனது படிப்பை முடித்த ஸ்டாலின், பள்ளி மாணவனாக இருந்தபோதே அரசியலில் அதிக ஆர்வம் கொண்டவராக விளங்கினார்.

பள்ளி மாணவர்கள் அனைவரையும் இணைத்து, கோபாலபுரம் வீட்டின் அருகில் உள்ள முடி திருத்தும் கடையில், 'கோபாலபுரம் இளைஞர் திமுக' என்ற அமைப்பினை 1968ஆம் ஆண்டு உருவாக்கினார். அப்பகுதி மக்களுக்கு நிறைய சேவை கள் செய்தார்.

1970ஆம் ஆண்டு மார்ச் மாதம் 'முரசே முழங்கு' என்ற நாடகத்தில் நடித்தார்.

1973ஆம் ஆண்டு திமுக பொதுக்குழுவில் உறுப்பினர் ஆனார்.

அதே 1973ஆம் ஆண்டு 'திண்டுக்கல் தீர்ப்பு' என்ற நாடகத்தில் நடித்தார்.

1974ஆம் ஆண்டு புதுக்கோட்டை மாவட்ட திமுகவின் தேர்தலில் தேர்தல் ஆணையாளராகச் செயல்பட்டார்.

1975ஆம் ஆண்டு துர்கா ஸ்டாலினை மணமுடித்தார்.

1976ஆம் ஆண்டு மிசா சட்டத்தின் கீழ் கைதாகி சிறையில் அடைக்கப்பட்டு தாங்க முடியாத பல இன்னல்களுக்கு ஆளானார் தளபதி. காவல்துறையினரால் கடுமையாகத் தாக்கப் பட்டார்.

இச்சம்பவம் தமிழகம் முழுவதும் பரவி பெரும் பரபரப்பை ஏற்படுத்தியது.

பதினோரு மாதங்கள் கழித்து 1977ஆம் ஆண்டு சென்னை மத்தியச் சிறையில் இருந்து விடுதலை பெற்றார்.

1977ஆம் ஆண்டு உதயநிதி ஸ்டாலின் பிறந்தார்.

1978ஆம் ஆண்டு முதல் திரைப்படத்தைத் தயாரித்தார். அதில் சில காட்சிகளிலும் நடித்தார்

இவ்வாறு தமிழகம் முழுவதும் நன்கு அறியப்பட்ட தளபதி ஸ்டாலின், 1980ஆம் ஆண்டு திமுக இளைஞரணியில் உறுப்பின ராக சேர்க்கப்பட்டார்.

1981ஆம் ஆண்டு கைலாசம் விசாரணைக் கமிஷனின் சட்ட நகலை எரித்ததால் கைதாகி 38 நாட்கள் சிறைவாசம் அனுபவித்தார்.

1982ஆம் ஆண்டு திமுக இளைஞரணியின் அமைப்புக்குழு உறுப்பினரானார்.

1983ஆம் ஆண்டு திமுக இளைஞரணி அமைப்பாளராக தேர்ந்தெடுக்கப்பட்டார் மு.க. ஸ்டாலின்.

1984ஆம் ஆண்டு திமுக இளைஞரணியின் செயலராக நியமிக்கப்பட்டார்.

1984ஆம் ஆண்டு முதல் முறையாக சட்டமன்றத் தேர்தலில் சென்னை ஆயிரம் விளக்கு தொகுதியில் போட்டியிட்டார். ஆனால் வெற்றிவாய்ப்பு கிடைக்கவில்லை.

1988ஆம் ஆண்டு ஒரே ரத்தம் படத்தில் நடித்தார்.

1989ஆம் ஆண்டு நடைபெற்ற தேர்தலில் ஆயிரம் விளக்கு தொகுதியில் மீண்டும் திமுக சார்பில் போட்டியிட்டு அமோக வெற்றி பெற்றார்.

1991ஆம் ஆண்டு நடைபெற்ற தேர்தலில் ஆயிரம் விளக்கு தொகுதியில் மீண்டும் போட்டியிட்டார்.

1993ஆம் ஆண்டு இளைய சூரியன் என்ற இதழைத் தொடங்கினார்.

1996ஆம் ஆண்டு நடைபெற்ற சட்டமன்ற தேர்தலில் ஆயிரம் விளக்கு தொகுதியில் மீண்டும் போட்டியிட்டார். இந்த முறை அதிக அளவு வாக்கு வித்தியாசத்தில் வெற்றி பெற்றார். இந்த தேர்தலில் 69.72 சதவீத வாக்குகளைப் பெற்றார்.

இதுவே தளபதி ஸ்டாலின் பெற்ற அதிக வாக்கு சதவீதமாகும்.

1996ஆம் ஆண்டு சென்னை மாநகராட்சி தேர்தலில் வெற்றி பெற்று சென்னை மாநகராட்சி மேயராக மு.க. ஸ்டாலின் பதவியேற்றார்.

பின்னர் 2001ஆம் ஆண்டு மீண்டும் மாநகராட்சித் தேர்தலில் வெற்றி பெற்று சென்னை மாநகராட்சி மேயரானார். ஆனால் 'ஒருவர் ஒரு பதவி தான் வசிக்க வேண்டும்' என்று காழ்ப்புணர்ச்சியோடு அப்போதைய ஜெயலலிதா தலைமையிலான அதிமுக அரசு கூறியதால் மேயர் பதவியைத் துறந்தார்.

அதன் பிறகு நடைபெற்ற 2001 மற்றும் 2006ஆம் ஆண்டு தேர்தல்களில் தொடர்ந்து ஆயிரம் விளக்கு தொகுதியில் போட்டி யிட்டு வெற்றி வாகை சூடினார்.

2003ஆம் ஆண்டு திமுகவின் துணைப்பொதுச் செயலாளராகத் தேர்வு செய்யப்பட்டார் மு.க.ஸ்டாலின்.

2006ஆம் ஆண்டு தமிழக உள்ளாட்சித்துறை அமைச்சராக நியமிக்கப்பட்டார்.

2008ஆம் ஆண்டு திமுக பொருளாளர் பதவியைப் பெற்றார்.

பின்னர் 2009ஆம் ஆண்டு துணை முதலமைச்சர் பதவி மு.க. ஸ்டாலினுக்கு வழங்கப்பட்டது.

2011 மற்றும் 2016ஆம் ஆண்டுகளில் நடைபெற்ற சட்ட

மன்ற தேர்தல்களில் கொளத்தூர் தொகுதியில் போட்டியிட்டு தொடர்ந்து வெற்றிவாகை சூடினார்.

தமிழக சட்டமன்ற எதிர்க்கட்சித் தலைவராக செயல்பட்டு வருகிறார் தளபதி ஸ்டாலின்.

2015ஆம் ஆண்டு 'நமக்கு நாமே' சுற்றுப்பயணத்தை மேற்கொண்டார். தமிழகத்தில் உள்ள 234 தொகுதிகளுக்கும் நேரடியாகச் சென்று மக்களை நேரில் சந்தித்தார்.

2017ஆம் ஆண்டு திமுக செயல் தலைவராகத் தேர்வு செய்யப் பட்டார்.

கலைஞரின் மறைவை அடுத்து 2018ஆம் ஆண்டு திமுக தலைவராகத் தேர்வு செய்யப்பட்டு கழகத்தைப் பொறுப்போடு நடத்தி வருகிறார்.

"ஸ்டாலின் என்றால் உழைப்பு, உழைப்பு, உழைப்பு" என்று கலைஞர் பாராட்டியதை இங்கே குறிப்பிடுவது அவசியம்.

2018ஆம் ஆண்டு ஆகஸ்ட் 10ஆம் நாளன்று தளபதி அவர்கள் வெளியிட்ட அறிக்கையில் ஒரு பகுதியை இங்கே மீண்டும் சுட்டிக்காட்டுவது பொருத்தமாக இருக்கும்.

"உழைப்பு திராவிட இயக்கத்தின் லட்சியங்களை வென்று காட்டும். தமிழ்நாட்டுக்கான உரிமைகளை பெற்றுத் தரும்" என்று தனது அறிக்கையில் குறிப்பிட்டுள்ளார் தளபதி ஸ்டாலின்.

'என் பொதுவாழ்வுப் பயணத்தில் இடர், துடர், இன்பம், துன்பம், எதிர்ப்பு, ஆதரவு, ஏச்சு, பேச்சு, இழிவு, பழி என எத்தனையோ விதவிதமான நிகழ்வுகளை எதிர்கொள்ளும்போது என்னை ஆளாக்கிய பெரியாரையும், அரவணைத்து வழிநடத்திய அண்ணாவையும் நினைத்துக் கொண்டு லட்சியத்தில் இம்மியளவும் சறுக்கல் இல்லாமல் எச்சரிக்கையுடன் நடந்து கொண்டிருக்கிறேன்' என்று தலைவர் கலைஞர் எழுதினார்.

நமது பொது வாழ்வுப் பயணத்தில் பெரியார், அண்ணா, கலைஞர் ஆகிய மூன்று மாபெரும் சக்திகள் நம்மை வழிநடத்தும்.

'வரவேற்காமல் வரக்கூடிய நோய், தடுத்தாலும் கேளாமல் தழுவக் கூடிய சாவு, இவற்றுக்கு மத்தியில் மனத் தூய்மையுடனும், உறுதியுடனும் ஆற்றுகின்ற செயல்கள் தான் நிலைத்து வாழக் கூடியவை' என்று தலைவர் கலைஞர் கூறியதைத் தமது

ராகுல் காந்தியுடன் தளபதி ஸ்டாலின்

அறிக்கையில் குறிப்பிட்டுள்ள தளபதி, 'இனி உணர்வால் அவர் நம்மை இயக்குவார்; அவர் நம்மை விட்டுச் சென்றிருக்கலாம். ஆனால், அவர் செய்த செயல்கள், நிலைத்து வாழக் கூடியவை. தமிழ்நாட்டு மக்களை வாழவைக்கக் கூடியவை. அவர் காட்டிய வழியில், அவர் காட்டிய பாதையில் நமது பயணம் தொடரும். இதுவரை நம்மை உடலால் இயக்கியவர், இனி உணர்வால் இயக்குவார்' என்று அழுத்தமாகத் தெரிவித்துள்ளார் தளபதி மு.க. ஸ்டாலின்.

'அவர் இல்லை என்பதை என்னால் தாங்கிக் கொள்ள இயலாது. 'இதையும் தாங்க ஏது தலைவா எமக்கு இதயம்?' என்று கேட்கத் தோன்றுகிறது. உங்களில் ஒருவனான நான், ஏதோ ஒன்றை அல்ல; எல்லாவற்றையும் இழந்த மன நிலையில் இருக்கிறேன்.

அவர் கருவால் உருவானவன் நான். அவரது கதகதப்பில் தவழ்ந்தவன். அவரால் நடை பழகியவன். உடை அணிவிக்கப் பட்டவன். அவரால் அழைத்துச் செல்லப்பட்டு பள்ளியில் சேர்க்கப்பட்டவன். போராளியும், சோவியத் கட்டமைப்பை உருவாக்கியவருமான ஸ்டாலின் பெயரை எனக்குச் சூட்டியவர் அவர்.

அவசரநிலைப் பிரகடனம் அறிவிக்கப்பட்டு, தி.மு.க. ஆட்சி கலைக்கப்பட்ட போது காவல்துறை என்னைக் கைது செய்ய வந்தபோது, கம்பீரத்தோடு என்னை மத்திய சிறைக்கு அனுப்பி வைத்த நெஞ்சுரத்தைப் பார்த்து வளர்ந்தவன் நான். ஒவ்வொரு நாளும், ஒவ்வொரு 'நிமிடமும் என்னை வார்ப்பித்தார். வளர்த்தெடுத்தார்' என்று தனது அறிக்கையில் உருக்கமாகக் குறிப்பிட்டுள்ளார் தளபதி.

'ஸ்டாலின் என்றால் உழைப்பு, உழைப்பு, உழைப்பு' என்று மும்முறை அவர் சொன்னதுதான் எனக்குக் கிடைத்த மாபெரும் பாராட்டுப் பட்டயம். வென்று காட்டும்...

உழைப்பு, உழைப்பு, உழைப்பு என்ற அந்த மூன்று வார்த்தை கள்தான் எனக்கு அவர் விட்டுச் சென்ற அருஞ்சொற்கள். மூன்று வேளையும் என்னை இயக்கப் போகும் சாவி அதுதான்.

அந்த உழைப்பு, திராவிட இயக்கத்தின் இலட்சியங்களை வென்றுகாட்டும்.

அந்த உழைப்பு, தமிழ்நாட்டுக்கான உரிமைகளைப் பெற்றுத்தரும்.

அந்த உழைப்பு, கலைஞரின் எல்லாக் கனவுகளையும் நிறைவேற்றும்' என்று தெரிவித்துள்ளார் தளபதி ஸ்டாலின்.

கொள்கை, லட்சியம் என்றால் என்னவென்றே தெரியாத தலைவர்கள் வாழும் இந்த நாட்களில், கொள்கை, லட்சியத்திற் காகவே வாழும் ஒரு தலைவர் என்றால் அது தளபதி மட்டுமே என்று நெஞ்சு நிமிர்த்தி துணிச்சலாகச் சொல்ல முடியும்.

08

கொள்கைப் பிடிப்பில் தளபதி

அறிவாசான் பெரியாரின் பகுத்தறிவுப் பாதையில், பண்பாசான் அண்ணாவின் அரவணைக்கும் தடத்தினில், உழைப்பாசான் கலைஞரின் ஊக்கமூட்டும் வழியினில் வெற்றி நடைப் போட்டுக் கொண்டிருப்பவர் சமூகப் போராளி தளபதி ஸ்டாலின் அவர்கள்.

தளபதியின் சாதனைகளுக்கு, சொல்லாற்றலுக்கு, துணிந்த செயல்களுக்கு, ஓய்வறியா உழைப்புக்கு, தேயாத கொள்கைப் பிடிப்புக்கு, லட்சியம் காப்பதற்காகச் செய்த தியாகத்திற்கு, நிர்வாகத் திறனுக்கு, பண்பாகப் பழகும் பாங்குக்கு, ஏற்றத் தாழ்வு பார்க்காத எளிமைக்கு, நிலைத்த புகழுக்கு ஈடாகத் தமிழகத்தில் இன்று வேறு எந்தத் தலைவர்தான் உள்ளார்?

1991ஆம் ஆண்டு பவள விழா மாநாட்டில் அண்ணல் அம்பேத்கார் படத்தைத் திறந்து வைத்து தளபதியார் ஆற்றிய மெய்சிலிர்க்க வைக்கும் உரையை மீண்டும் ஒருமுறை நினைவுக்குக் கொண்டு வருவது சிறப்புக்குரியது.

‘ஒருமுறை வரலாற்றுச் சிறப்புக்குரிய டாக்டர் அம்பேத்கரை டெல்லியில் நிருபர்கள் சந்தித்துப் பேட்டி காண்பதற்கு நேரம் ஒதுக்கும்படி கேட்டனர். ஏற்கனவே இரவு 9 மணிக்கு மகாத்மா காந்தியடிகளும், 10 மணிக்கு முகமது ஜின்னா அவர்களும் பேட்டி தர இசைந்திருப்பதாகவும் நிருபர்கள் கூறினார்கள்.

அப்படியானால் 11 மணிக்குத் தான் பேட்டி தருவதாக டாக்டர் அம்பேத்கார் தெரிவித்தார்.

அதைத் தொடர்ந்து நிருபர்கள் இரவு 9 மணிக்குக் காந்தியடிகளைச் சந்திக்கச் சென்றபோது அவர் தூங்கிவிட்டதாகக் கூறிவிட்டார்கள். 10 மணிக்கு முகமது ஜின்னாவை சந்திக்கச் சென்றபோது அவரும் தூங்கிவிட்டார் எனக் கூறப்பட்டது.

எனவே நிருபர்கள் அவர்களைப் போலவே டாக்டர் அம்பேத்காரும் தூங்கியிருப்பார் எனக் கருதி இரவு 11 மணிக்கு அவர் இல்லத்திற்கு செல்லவில்லை. அவர் இருப்பிடம் அமைந்துள்ள வீதி வழியே அந்த நள்ளிரவில் தங்கள் இருப்பிடத்திற்கு நிருபர்கள் சென்றார்களாம்.

அப்போது டாக்டர் அம்பேத்கார் வீட்டிற்குள் விளக்குகள் அனைத்தும் எரிந்ததைப் பார்த்து நிருபர்கள் அம்பேத்கர் வீட்டிற்குச் சென்றிருக்கின்றனர். அப்போது, அவர்களை அம்பேத்காரே வரவேற்று, “காந்தியையும், ஜின்னாவையும் பார்த்தீர்களா?” எனக் கேட்க நிருபர்கள் நடந்த விவரத்தைக் கூறியிருகிறார்கள்.

உடனே அம்பேத்கார், காந்தி தூங்கியிருப்பார், ஏன் என்றால் அவரது சமுதாயம் விழித்துக் கொண்டதுதான் காரணம். அதேபோல் முகமது ஜின்னா தூங்கியிருப்பார், ஏன் என்றால் அவரது சமுதாயமும் விழித்து கொண்டது தான் காரணம், ஆனால், என் சமுதாயம் விழிப்பதற்கு வழி தெரியாமல் விழித்துக் கொண்டிருப்பதால், நானும் தூங்காமல் விழித்துக் கொண்டிருக்கிறேன்” என்று அம்பேத்கார் கூறினாராம்!

தளபதியின் இந்தப் பேச்சைக் கேட்டதும் கூட்டத்தில் எழுந்த கரவொலி அடங்க வெகுநேரம் ஆகிவிட்டது.

இவ்வாறு சமுதாயச் சிந்தனையுடன், சாதிப் பாகுபாட்டைக் களையும் தீவிர நோக்கத்துடன் இன்றும் பயணித்துக் கொண்டிருப்பவர் தளபதி ஸ்டாலின்.

நீதிக்கட்சி, பெரியார், அண்ணா, கலைஞர் ஆகியோர் எந்த லட்சியத்தில் பயணித்துக் கொண்டிருந்தனரோ, அதே வழித் தடத்தில் சற்றும் விலகாமல் பிடிப்புடன் சென்று கொண்டிருப்பவர் தளபதியார் என்பதற்கு இது ஒரு சிறிய எடுத்துக்காட்டு.

2018ஆம் ஆண்டு அப்போது திமுக செயல் தலைவராக விளங்கிய தளபதி ஸ்டாலின் முரசொலியில் எழுதிய கடிதம்

ஒன்றைப் பார்ப்பது நல்லது. பகுத்தறிவுப் பாசறையில், சமூகச் சீர்த்திருத்த சித்தாந்தத்தில் இன்றும் பிடிப்போடு தளபதி இருந்து வருவதை நாம் உணர்ந்துகொள்ள முடியும்.

'வருணாசிரம வேதாந்த முறையிலான சாதி ரீதியான ஒடுக்கு முறைகளை உடைத்து நொறுக்கிய வரலாற்றுப் பெருமிதங்கள். இன்று தமிழ்நாட்டில் ஏறத்தாழ ஒவ்வொரு குடும்பத்திலும் பொறியாளர்கள் இருக்கிறார்கள். சொந்தபந்தங்களில் ஓரிருவர் மருத்துவர்களாக இருக்கிறார்கள். மற்ற பல தொழில் படிப்பு களைப் பயின்று அரசாங்கத்திலோ, தனியார் நிறுவனங்களிலோ, அயல் நாடுகளிலோ நல்ல ஊதியத்துடனான பணிகளில் இருக்கிறார்கள். அல்லது சொந்தமாகத் தொழில் செய்து சிறப்புற வாழ்கிறார்கள்.

இத்தகைய குடும்பங்களில் எத்தனை பேரின் முன்னோர்கள் பொறியாளர்களாக, மருத்துவர்களாக இருந்தார்கள்? எத்தனை பேருடைய தாத்தாக்கள் பள்ளிக்கூடம் சென்றிருக்கிறார்கள்? எத்தனை பேரின் தந்தையர் கல்லூரி வாசலை மிதித்திருக்கிறார் கள்? எத்தனை குடும்பங்களில் முந்தைய தலைமுறைப் பெண் கள் படிப்பு வாசனை அறிந்திருக்கிறார்கள்?

இன்றைய தலைமுறை கல்வி கற்று உரிமை பெற்று தலை நிமிர்ந்து நிற்கிறதென்றால் அதற்குக் காரணமானவர் தந்தை பெரியார்.

அவர் கொள்கைகளை நிறைவேற்றியது திராவிட இயக்கம். குறிப்பாக, திராவிட முன்னேற்றக் கழகம்.

பெரியார் இருந்தபோதும், மறைந்த பிறகும் அவருடைய கொள்கைகளை உறுதியாக நிறைவேற்றும் உரம் நிறைந்த தலை வராக கலைஞர் அவர்கள் இருந்த காரணத்தால்தான், மகளிருக்கு குடும்ப சொத்தில் சமபங்கு கிடைத்தது.

சாதி ஒடுக்குமுறைகளைத் தகர்த்து அனைவரும் சம உரிமை யுடன் வாழும் சமத்துவபுரங்கள் உருவாக்கப்பட்டன.

அதற்குத் தந்தை பெரியாரின் பெயரையே சூட்டி, அங்கே அவரது சிலைகளை நிறுவி பெருமை சேர்த்தவர் தலைவர் கலைஞர்.

தந்தை பெரியார் தனது போராட்டங்களால் நிலைநாட்டிய சமூக நீதிக்கொள்கையின் அடிப்படையில் இடஒதுக்கீட்டு அளவு தமிழ்நாட்டில் 69 சதவீதம் என்கிற நிலைக்கு உயர்ந்தது.

தலைவர் கலைஞர் அவர்கள், சமூக நீதிக்காவலர் வி.பி.சிங் அவர்கள் பிரதமராக இருந்தபோது மண்டல் கமிஷன் பரிந்துரைகள் அடிப்படையில் இந்திய அளவில் மத்திய அரசின் வேலை வாய்ப்புகளில் இதர பிற்படுத்தப்பட்டோருக்கு 27 சதவீதம் இடஒதுக்கீடு கிடைக்கச் செய்யும் வகையில் துணை நின்றதன் காரணமாக, தந்தை பெரியாரின் சமூகநீதிக் கொள்கை தமிழகத்தில் மட்டுமல்ல, இந்திய அரசியலின் தவிர்க்க முடியாத கொள்கையாக மாறியது.

ஈரோட்டில் பிறந்தவர், அண்ணல் அம்பேத்கார் போன்று, இந்தியாவில் உள்ள ஒடுக்கப்பட்ட அனைத்து மக்களுக்குமான தலைவராக உயர்ந்து நிற்கிறார்.

அவருடைய கொள்கைகளும், தொலைநோக்குப் பார்வையும் இன்றைய தலைமுறையை சுயமரியாதை மிக்க சமுதாயமாக மேம்படுத்தி, தங்களின் உரிமைகளுக்குத் துணிவுடன் குரல் கொடுக்கும் நிலைக்கு உயர்த்தியிருக்கிறது.

ஜல்லிக்கட்டுப் போராட்டத்தில் களம் கண்டு உறுதி காத்து வெற்றி பெற்ற மாணவர்களும், இளைஞர்களும் கருப்புச்சட்டை அணிந்து போராடினார்கள் என்றால், அது அவர்கள் நேரில் பார்த்திராத பெரியார் கடைப்பிடித்த உத்தி.

நமது உரிமைகள் பறிக்கப்படும்போது எதிர்ப்பின் அடையாளமாக கருப்பு உடையை அணிந்து களம் கண்டவர் பெரியார்.

அவர் விதைத்த கொள்கைகள் இன்று ஆலமரமாய் வளர்ந்து அனைத்துத் தரப்பு மக்களுக்கும் குடையாக நிழலாக ஊன்றுகோலாகப் பாதுகாப்பு தருகிறது'.

இவ்வாறு பெரியாரின் நினைவை பதிவிட்டுள்ளார் தளபதி. திராவிடத்தின் கொள்கைகளை மறக்காமல், மறைக்காமல் இன்றளவும் இம்மியளவும் பிசகாமல் பீடுநடை போட்டுக் கொண்டிருப்பவர் தானைத் தளபதி ஸ்டாலின் அவர்கள்.

'நீட்' என்பது பாமர மக்களின் மருத்துவக் கனவை சிதைக்கும் செயல் என்பதைத் தெளிவாக உணர்ந்து போர்க்குரல் எழுப்பியவர் தளபதி.

உயர்கல்வி கற்பதற்குக்கூட உரிமையற்றிருந்த பின்தங்கிய, தாழ்த்தப்பட்ட வகுப்பினருக்கு அந்த உரிமையைப் பெற்றுத் தந்த நீதிக்கட்சியின் வழிவந்த திராவிட இயக்கத்தைச் சேர்ந்தவர் அவர்.

அவ்வாறு போராடி, பல்வேறு துன்பங்களை அனுபவித்து, பல்வேறு துயரங்களை அடைந்து பெற்ற உரிமையை 'நீட்' என்னும் அரக்கன் மூலம் மத்தியில் ஆட்சி செய்யும் பாஜக அரசு பறிப்பதை எதிர்த்துத் துணிச்சலோடு குரல் எழுப்பியவர் தளபதி ஸ்டாலின்.

அந்த எதிர்ப்புக் குரலைத் தொடர்ந்தும் எழுப்பிக் கொண்டேதான் இருக்கிறார்.

இழந்த உரிமைகளைப் போராடித்தானே பெற வேண்டி இருக்கிறது..

'சமூக நீதியை நீர்த்துபோகச் செய்யும் வகையிலான இடஒதுக்கீட்டை எதிர்காலத்தில் கொண்டு வருவதற்கான முயற்சிகளில் மத்திய அரசு ஈடுபட்டு வருகிறது.

அவ்வாறான தவறான நடவடிக்கையால் தமிழகத்தில் ஏற்கெனவே நடைமுறையில் உள்ள 69 சதவிகித இட ஒதுக் கீட்டுக்கு எந்தப் பங்கமும் வந்துவிடக்கூடாது என்பதில் அனை வரும் கவனமாக இருக்க வேண்டும் என்று மேடைதோறும் முழங்கி வருபவர் தளபதி.

'தமிழகத்தின் பண்பாடு, கலாசாரத்தைப் பாதுகாக்கும் விதமாக அகழாய்வு செய்ய வேண்டும். இதற்கு மத்திய அரசிடம் மாநில அரசு வலியுறுத்த வேண்டும்' என்று கீழடி மற்றும் ஆதிச்சநல்லூர் அகழாய்வுகள் குறித்து குரல் கொடுத்தார்.

நமது தமிழர்கள் பண்பாடு, கலாச்சாரங்களைத் தோண்டி எடுத்து உலகிலேயே நாகரீகத்திலும், அறிவிலும், அறிவியலிலும் சிறந்தவர்களாக விளங்கியதை வெளிக்கொணர வேண்டும் என்பதில் அதிவிருப்பு கொண்டவர் தளபதி.

தமிழ் மீது அத்தனை விருப்பும் பற்றும் கொண்டவர் அவர்.

"குழந்தைச் செல்வங்களுக்கு அழகிய தமிழ்ப் பெயர்களைச் சூட்ட வேண்டும். தமிழுக்கு ஆபத்து ஏற்படுத்தக் கூடிய, தாய்மொழியாம் தமிழுக்கு கேடுகளை உருவாக்கக்கூடிய சூழ்நிலை இன்று உருவாக்கப்பட்டுள்ளது. இதைக் கருத்தில் கொண்டு இந்த நேரத்தில் தமிழர்களாகிய நாம் அனைவரும் அழகான தமிழ்ப் பெயர்களைச் சூட்ட வேண்டும் என்று அனைவரையும் கேட்டுக் கொள்கிறேன்" என்று தளபதி கேட்டுக் கொண்டதைப் பார்க்கிறபோது தான் அவரது உண்மையான தமிழ்ப் பற்று தெளிவாகப் புரியும்.

தனது இளம் வயதிலேயே அரசியல் வாழ்க்கையை வெகு ஆர்வமாய்த் தொடங்கியவர் தளபதி.

தமது தந்தையைப் போலவே பல சிறப்புகளையும் பெற்ற அவர், மக்கள் பிரச்சனைகளில் அதிக ஈடுபாடும் கவனமும் செலுத்துகிறவர்.

ஏழை, எளியவர்கள் மற்றும் ஒடுக்கப்பட்ட மக்களின் அத்யாவசியத் தேவைகளை நிறைவேற்றுவதற்காக எப்போதும் முன்னணியில் இருந்து போராடுபவர்.

தனக்கென்று ஒரு குறிப்பிட்ட வரையறையை வகுத்தவாறு, திராவிடக் கொள்கைகளில் முழுமையான ஈடுபாட்டுடன் செயல்பட்டு மக்கள் தலைவராகப் பணியாற்றுவது என்பது அத்தனை எளிதானதல்ல.

அதைச் சாதித்து மக்கள் தலைவராக விளங்கி வருகிறார் தளபதி ஸ்டாலின்.

மக்களால் நேரடியாகத் தேர்ந்தெடுக்கப்பட்ட முதல் மேயராகப் பொறுப்பேற்று, சென்னை மாநகரத்தைச் 'சிங்காரச் சென்னை'யாக மாற்றிட வேண்டும் என்று கனவு கண்டவர்.

கனவை நனவாக்க நாள்தோறும் கடுமையாக உழைக்கவும் செய்தார். மாநகராட்சிப் பணிகள் அனைத்தையும் தனது நேரடிக் கண்காணிப்பில் நிறைவேற்றினார்.

மழை என்றால் ஓடி ஒதுங்கி விடாமல், மழையோடு மழையாகப் பணி புரிந்தார். குடிநீர்ப் பிரச்சினை என்றாலும், கழிவு நீர் அடைப்பாக இருந்தாலும், குப்பை அகற்றாமல் இருந்தாலும் அதற்கான உடனடித் தீர்வைக் காணாமல் உண்ணவும் மாட்டார், உறங்கவும் மாட்டார்.

இவ்வாறு மாநகர மக்கள் பிரச்சினை எதுவானாலும், பிரச்சினையைக் கண்டு பின்னங்கால் பிடறியில்பட ஓடி ஒளிந்து விடாமல், பிரச்சினையின் பிடறியைப் பிடித்து உலுக்கி நேருக்கு நேர் நின்று தீர்வு கண்டார் தளபதி.

சென்னை மாநகர மேயராகப் பதவி வகித்தபோது இவர் செய்த சாதனைகள் பலப்பல.

பெரம்பூரில் உள்ள ஆடுமாடு இறைச்சிக்கூடம் சுற்றுச் சூழலுக்கு மாசு ஏற்படுத்துவதைத் தவிர்க்கும் வகையில் நவீன முறையில் பராமரிக்கப்பட்டது.

துப்புரவுப் பணிகளுக்கு முன்னுரிமை அளித்து சென்னை நகரத்தின் குப்பை அள்ளும் முறைகளை நவீனப்படுத்தினார். சுகாதாரம், பொதுகட்டுமானம், பள்ளிகள் என ஒருங்கிணைந்த வளர்ச்சித் திட்டங்களைச் செயல்படுத்தி சென்னை மக்களின் வாழ்க்கைத் தரத்தை உயர்த்தினார்.

மேயராக இவர் செய்த சாதனைகளுக்காக 'நவீன சென்னை மாநகரத்தின் தந்தை' என்று போற்றப்பட்டார் தளபதி ஸ்டாலின்.

சென்னை மாநகரத்தின் சாலைகள் அனைத்தும் புதுப்பொலிவு பெற்றன

மிகப்பெரிய மேம்பாலங்களைக் கட்டி சென்னை மாநகரின் நெரிசலுக்குத் தீர்வு கண்டார். இவரது ஆட்சியில் 10 பெரிய மேம்பாலங்களும், 49 குறும்பாலங்களும் கட்டப்பட்டன. இந்தியாவில், இவ்வளவு குறுகிய காலத்தில் எந்தவொரு மாநகராட்சியும் இத்தகைய மேம்பாலங்களைக் கட்டி முடித்ததில்லை. பத்தாவதாக கட்டிமுடிக்கப்பட்ட பெரம்பூர் ரயில் நிலையம் அருகேயுள்ள மேம்பாலம் பின்னர் திறந்து வைக்கப் பட்டது.

18 முக்கிய சந்திப்புக்களில் பூங்காக்களும், நீரூற்றுகளும் அமைக்கப்பட்டன. 81 பூங்காக்கள் சுத்தப்படுத்தப்பட்டு முறையாகப் பராமரிக்கப்பட்டன.

ஆசியாவின் இரண்டாவது மிகப் பெரிய கடற்கரையான சென்னை மெரீனாவில் மரக்கன்றுகள் நடப்பட்டன.

"2006ம் ஆண்டு ஸ்டாலினை உள்ளாட்சித்துறை அமைச் சராக்கினேன். அயராத உழைப்பாலும், இடையறாத களப்பணி யாலும் 'உள்ளாட்சியில் நல்லாட்சி' என்ற நற்பெயரை எடுத்தார்" என்று கலைஞர் தனது வாயால் புகழ்ந்து பேசியது இங்கே குறிப்பிடத்தக்கது.

தளபதி ஸ்டாலினைப் பற்றி முக்கியத் தலைவர்கள் பலரும் பாராட்டிப் பேசியுள்ளனர். அவற்றில் சிலவற்றை இங்கே மறு பதிவு செய்வது அவசியம்.

"வாரிசு அரசியல் என்கின்ற வார்த்தைப் பிரயோகம் திரு. ஸ்டாலினுக்குப் பொருந்தாது. மிக இளவயதிலேயே அரசியல் களத்தில் நுழைந்து சாதாரண தொண்டனாகப் பணியாற்றி, பின் பல்வேறு பொறுப்புகளை ஏற்று அவசர நிலை காலத்தில் கொடும் சித்ரவதைகளை அனுபவித்து, சிறை சென்று தனது தகுதியின் காரணமாகப் பதவி பெற்று, உழைத்த உழைப்பின் காரணமாக உயர்ந்த பதவியைப் பெற்றுத் திகழ்கின்ற திரு. ஸ்டாலின் அவர்களுக்கு, புகழ் பெற்ற ஒரு அரசியல் தலைவரின் மகனாகப் பிறந்தது என்பது ஒரு கூடுதல் தகுதிதான்" என்கிறார் பாஜகவின் மூத்தத் தலைவரான இல.கணேசன் அவர்கள்.

மறைந்த முன்னாள் அமைச்சர் சி. சுப்ரமணியம் அவர்கள், "மேயர் மு.க. ஸ்டாலின் அவர்களால் தயாரிக்கப்பட்டுள்ள சென்னை மாநகராட்சியின் நிதிநிலை அறிக்கையில் கல்விக்கு அதிக முக்கியத்துவம் அளிக்கப்பட்டுள்ளது. சென்னை மாநகராட்சிப் பள்ளிகளின் கல்வித் தரத்தை உயர்த்துவதற்கு அவர் எடுத்துவரும் நடவடிக்கைகளை நான் பாராட்டுகிறேன்" என்று கூறியுள்ளார்.

"அயராத உழைப்பு, ஆழ்கடலின் நிதானம், அநீதி கண்டு பொங்கும் அருவிச் சீற்றம், உடன்பிறப்புக்களின் சுக துக்கங்களில் தோள் தரும் தாய்மடி, தமிழகத்தின் விடியல், இந்தியாவின் நம்பிக்கைமிகு நங்கூரம்" என்று தளபதியாரை மனம் திறந்து புகழ்ந்துள்ளார் மக்களவை உறுப்பினர் தமிழச்சி தங்கபாண்டியன் அவர்கள்.

அண்மையில் கவிஞர் வைரமுத்து உணர்ச்சிவசப்பட்டுப் பேசிய பேச்சினை அவசியம் நாம் தெரிந்து கொள்ள வேண்டும்.

"திராவிட இயக்கத்தைக் கட்டிக்காக்க எனக்கு ஆள் வேண்டும். திராவிடச் சிந்தனைகளைப் பரப்புவதற்கு எனக்கு ஆள் வேண்டும்.

இந்தியாவிலேயே தமிழகத்தில்தான் அதிக நகர்மயமாதல் நிகழ்ந்துள்ளது. இந்தப் பெயரைப் பெறுவதற்கு திராவிட முன்னோடிகள், ரத்தமும், வியர்வையும் சிந்தி உழைத்துள்ளனர். அதைத் தொடர்ச்சியாகச் செய்வதற்கு ஒரு தலைவன் வேண்டும். காலம் ஸ்டாலினை அனுப்பி உள்ளது என்பதற்காக, நீங்கள் எல்லாம் மகிழ்ச்சி அடையலாம் தோழர்களே.

ஸ்டாலினை நான் உற்றுக் கவனித்துக் கொண்டே இருக்கிறேன். கலைஞரின் மகன் என்பதால் ஒரு பாசம் அவர் மீது இருக்கிறது.

தலைவரின் குடும்பத்தில் இருப்பவர்களை நேசிப்பது தமிழின் கடமை. அந்த வகையில், அவரிடத்தில் இப்போது இருக்கக்கூடிய ஸ்டாலினையும் நேசிக்கிறோம்.

உற்றுக் கவனித்தால் காலத்தால் அவர் தகுதி கூடிக் கொண்டே போகிறதா, அல்லது தன்னை தகவமைத்துக் கொள்கிறாரா, போகும் திசை சரியாக இருக்கிறதா என்றெல்லாம் உற்றுப் பார்க்கும்போது, எனக்கு நம்பிக்கையும் மகிழ்ச்சியும் ஏற்படுகிறது.

தமிழகத்தில் இரண்டே இரண்டு கட்சிகள்தான் கட்டமைப்பு உள்ள கட்சிகள். ஒன்று திமுக இன்னொன்று அதிமுக. இதைச் சார்ந்துதான் தமிழ்நாட்டு அரசியல் நடந்தாக வேண்டும்.

இந்த இடத்தில் ஒருபடி மேலே திமுகவை உயர்த்திப் பார்க்கிறேன். ஏனெனில் கட்டமைப்பு என்பது அதிகாரம் உள்ள போது வேறு, அதிகாரம் இல்லாத போது வேறு.

'ஒருவனின், பலவீனத்தை அறிவதற்கு அவனுக்குப் பதவி கொடுத்துப் பார். அவனது பலத்தை அறிய வேண்டுமானால் அதிகாரத்தைப் பறித்து பார்' என்பார்கள்.

அதிகாரத்தைப் பறித்த பிறகு ஒருவன் எஞ்சி நின்றால், அவன் பலமானவன். 8, 9 ஆண்டுகளுக்குப் பிறகும் கூட அதிகாரம் மறுக்கப்பட்டு, அதிகாரம் சிதைக்கப்பட்ட ஒரு இயக்கத்தை, இவ்வளவு உயரமாகக் கட்டியெழுப்ப முடியும் என்றால், அது கருணாநிதியின் தனித்திறமை. ஸ்டாலினின் தனித்திறமை என்று நினைக்கிறேன்.

எங்கள் அடித்தளம் கலைஞரால் கட்டுவிக்கப்பட்டது. அது ஆழமானது, வலிமையானது. வலிமையான கட்டடமாக ஸ்டாலின் எழுந்து நிற்கிறார்.

எனக்கு எந்தச் சுயநலமும் கிடையாது. திராவிட நிலம் மற்றும், எனது மக்களைச் சார்ந்து நான் நிற்கிறேன்.

இப்போது கூட, கூழுக்கு வெங்காயம் கடித்து குடித்துக்கொண்டு இருக்கும், பச்சைமிளகாயை உப்பில் உரைத்து சாப்பிடுகிற ஏழைகளையும், மீட்டெடுக்க வேண்டுமானால் பெரியாரை முன்னிலைப்படுத்திய, அண்ணாவை முன்னிலைப்படுத்திய, கருணாநிதியை முன்னிலைப்படுத்திய, ஸ்டாலினை முன்னிலைப்படுத்தப் போகிற ஒரு களம் வேண்டும் என்று நான் நினைக்கிறேன்.

கலைஞருக்குப் பிறகு திமுக சிதையும் என்றார்கள். சீனியர்கள் முகம் காட்டுவார்கள் என்று சொன்னார்கள். உடைந்து போகும் என்றார்கள்.

உடையவில்லை. சிதறவில்லை, முணுமுணுப்பு இல்லை, முன்கோபம் இல்லை, முன்பை விட வலிமையாக இருக்கும். தளபதி என்ற தலைவன் சொன்னதை ஒரு கட்சி அப்படியே வாங்கி வழிமொழிகிறது.

ஸ்டாலினை கருணாநிதியுடன் ஒப்பிடாதீர்கள். ரோஜாவோடு மல்லிகையை மட்டுமல்ல, ரோஜாவோடு சாமந்தியை மட்டுமல்ல, ரோஜாவோடு தாமரையை மட்டுமல்ல, ரோஜாவோடு ரோஜாவைக்கூட ஒப்பிடாதீர்கள்.

அந்த ரோஜாவே வேறு. அந்த ரோஜா பிறந்த சூழல் வேறு, அது மலர்ந்த சூழல் வேறு, பக்கத்தில் இருக்கும் முள் வேறு, ரோஜாவோடு ரோஜாவைக் கூட ஒப்பிடாதீர்கள்.

கலைஞரோடு தளபதியை ஒப்பிடாதீர்கள்.

இரண்டுபேரும் ஒவ்வொரு உயரம்..

இரண்டும் வெவ்வேறு சிகரம்.

கலைஞர் காலத்தில் ஆரியம் மற்றும் டெல்லி இரண்டும்தான் எதிரிகள்.

இன்று காலம் மாறி உள்ளது.

தமிழகம் துண்டாடப்படுகிறது".

கவிஞர் வைரமுத்துவின் இந்தப் பேச்சில் புதைந்து கிடக்கும் உண்மை சத்தியமானது.

09

தங்கத் தமிழன்

தரணிபோற்றும் தங்கத் தமிழன்
தானைத் தலைவரின் கொள்கைகளை
தளராமல் பின்பற்றும் லட்சியத் தமிழன்
முப்பெரும் தலைவர்களாம்
பெரியார் அண்ணா கலைஞரின்
கொள்கை வாரிசாக வலம்வரும்
சிங்கத் தமிழன்.
முதுகு வளைந்து கூழைக்கும்பிடு போடும்
வீண் தலைமைகள்
காளான்களாய் முளைத்து
கர்மத்தை விளைத்திடும் தமிழ் நிலத்தில்
தலைநிமிர்ந்து நெஞ்சு நிமிர்த்தி
'தமிழன் என்று சொல்லடா
தலைநிமிர்ந்து நில்லடா'
என்பதற்கேற்ப
தமிழன் பெருமையை
உலகெங்கும் உணர்த்தும்
உண்மைத் தமிழன்
பாமரர்களின் துயர் துடைக்கும்
பச்சைத் தமிழன்
இனமானம் காத்திட

இன்னலுறும் தமிழ் மானம் காத்திட
தினமும்
சுற்றிச் சுழன்று செயல்படும்
செயல் தலைவன்
தீங்கிழைக்கும் தீயவர்களுக்கு
சிம்மச் சொப்பனமாக விளங்கும்
உண்மைத் தமிழன்
அகல் விளக்காய்
குத்து விளக்காய்
குல விளக்காய்
குடியுரிமை காக்கும்
கொள்கை விளக்காய்
சுடர் விட்டெரியும்
சிந்தனைத் தமிழன்
மன்னிக்கும் குணம் கொண்ட
மங்காத புகழ் சேர்க்கும்
மாசற்ற தலைவன்
பழிவாங்கிடும் எண்ணத்தை
மண்ணில் குழிதோண்டிப் புதைத்திட்ட
ஞானத் தமிழன்
திராவிடத்தின் பெயரைச் சுமந்துகொண்டு
பெரியார் அண்ணா கொள்கைகளுக்கு
லட்சியங்களுக்கு
எண்ணங்களுக்கு
நோக்கங்களுக்கு
நேர் எதிர்மறையாய் செயல்பட்டு
திராவிடத்திற்கே களங்கம் கற்பிக்கும்
கபடதாரிகள் வாழ்ந்துவரும்
இப்புண்ணிய பூமியில்
இன்றும்

கொள்கை மாறாக் குணக்குன்றாய் விளங்கும்
லட்சியத் தமிழன்.
‘நீட்’டை எதிர்ப்பதாய்
நீலிக் கண்ணீர் வடித்து
வாக்கைப் பெறத் துடிக்கும்
அற்பர்களுக்கு மத்தியில்
நிஜக் கண்ணீர் வடிக்கும்
நிறம் மாறாத் தமிழன்
திராவிட மண்ணில்
இன்றும் புரையோடிக் கிடக்கும்
சாதி அடிமைத்தனத்தை
துணிச்சலாக எதிர்த்து நிற்கும்
தைரியத் தமிழன்
தீண்டாமை என்னும் அழுக்கை
தீயிட்டுக் கொளுத்துவதில்
முனைப்போடு தீவிரம் காட்டிவரும்
தீந்தமிழ் தமிழன்
கண்ணிமைக்கும் நொடிப் பொழுதில்
ஆள்பவர்களைத் தூக்கியெறிய
அத்தனை வலிமையும்
சூட்சுமமும்
தந்திரமும்
வசதியும் இருப்பினும்
நாணயத்துடனும் நேர்மையுடனும்
மக்கள் மன்றத்தில் நீதிகேட்டு
ஜனநாயகம் காத்து
பொறுமையின் இலக்கணமாக
இன்றும் விளங்கிக் கொண்டிருக்கும்
மக்கள் தமிழன்
அமைதி

அடக்கம்
சாந்தம்
பொறுமை
இவற்றைச் சுமந்து நின்றாலும்
ஒளிவேகத்தை மட்டும்
உள்ளத்தில் அழுத்தமாகச் சுமந்து நிற்கும்
ஒப்பிலாத் தமிழன்
நெஞ்சுரமும் நிமிர் நடையும்
நிறைமதியும் போர்க் குணமும்
நிறை ஆற்றலும் உடைய
நேர்மைத் தமிழன்.
உடற் சோர்வுக்கு விளக்கம் கேட்கும்
வியப்புத் தமிழன்
தொட்டுவிட்ட பகையையும்
சூழ்ந்துநின்ற சூழ்ச்சியையும்
உடைத்தெறிந்து
தமிழ் மக்கள் மனதில்
நிறைவான அன்பையும்
மகத்தான ஆதரவையும் பெற்ற
சிங்கத் தமிழன்
தோல்விகளைக் கண்டு துவளாமல்
வெற்றிகளைக் கண்டு
இறுமாப்பு கொள்ளாமல்
உழைக்கும் தமிழன்
சோதனைகளை சாதனைகளாக்கி
இந்தியத் திருநாட்டிற்கே
அற்புத வழிகாட்டியாய் விளங்கும்
அதிசயத் தமிழன்

www.ingramcontent.com/pod-product-compliance
Lightning Source LLC
LaVergne TN
LVHW100555051026
849519LV00003B/973
9789387655980